## अज्ञात

जगण्यातले आतले-बाहेरचे आशय

# डॉ. छाया महाजन

मेहता पब्लिशिंग हाऊस

Please contact us at **Mehta Publishing House,** Pune 411030.
Email : production@mehtapublishinghouse.com
Website : www.mehtapublishinghouse.com

**ADNYAT** by Dr. CHHAYA MAHAJAN

**अज्ञात** / कथासंग्रह

© डॉ. छाया महाजन

author@mehtapublishinghouse.com

प्रकाशक : सुनील अनिल मेहता, मेहता पब्लिशिंग हाऊस,
१९४१ सदाशिव पेठ, माडीवाले कॉलनी, पुणे - ३०.

मुखपृष्ठ : सतीश भावसार

प्रकाशनकाल : फेब्रुवारी, २०२०

P Book ISBN 9789353174057
E Book ISBN 9789353174064
E Books available on : play.google.com/store/books
www.amazon.in

अज्ञाताचा वेध घेण्याची प्रेरणा देणारे
श्री. भरतभाई आणि श्री. वशीभाई
श्री स्वामी नारायण आश्रम, पवई, मुंबई
यांना सादर

# अनुक्रमणिका

# अज्ञात

**तो तलावापाशी आला** तेव्हा आभाळ भरून आलं होतं. वारा झटके आल्यासारखा अधूनमधून जोरात येत होता. तलावाच्या पृष्ठभागावर लहान-मोठ्या लाटा तयार होत होत्या. बाजूने लावलेल्या लोखंडी कठड्याजवळ तो आला. पोपटाचा पिंजरा त्याच्या हातातच होता.

'आज गिऱ्हाइकी होत नाही असं दिसतंय. पाऊस येऊ घातलाय.' मनाशी म्हणाला.

"जय श्रीकृष्ण, नागेश." मागून पिंजाचा आवाज आला.

तो वळला. हसून म्हणाला, "राम राम."

"आज पाऊस भीती घालतोय रे बाबा. आपल्या पोटावर पाय." पिंजा कुरकुरला.

"चल, चहा मारू. अजून वर्दळ सुरू नाही झाली. गिऱ्हाइकी तापायला उशीर दिसतोय."

दोघंही आपापले पोपटाचे पिंजरे हातात हेलकावत, खांद्यावरचे काठाचे उपरणे चाचपत निघाले.

"रामाप्पा, चाय."

रामाप्पाने होकारार्थी मान हलवली. तलावाच्या दिशेने त्याचे डोळे लागलेले होते. चहा देताना तो म्हणाला,

"नागेश, छोड दे ये धंदा. एवढा शिकलास तू सोळावीपर्यंत. यात काय ठेवलंय? तुझ्या नोकरीचं काय झालं? अर्ज टाकलास ना?"

रामाप्पाच्या स्वरात माया होती. वयाने तो नागेशच्या दुप्पट वयाचा होता. केस खारवडलेसे होते. त्याच्या अकारण मायेची जाणीव नागेशला होती.

"मिळत नाही ना नोकरी! तोपर्यंत हे ठीक चाललंय. बापाच्या पुढं हात पसरायला लागत नाही. पुष्कळ झालं."

असं म्हणतानाही नागेशच्या चेहऱ्यावरची काळजी पुसली गेलेली नव्हती.

"चालतं रामाप्पा. कुठं वय चाललंय त्याचं? मी त्याच्यापेक्षा पाच-सात वर्षांनी मोठा आहे. मी केली का नोकरी? तरी परिवार चालतोय ना? हा तर तिशीचाही नाही अजून. पोरंसोरं नाहीत पोटाशी. बायको पन माहेरी नेऊन ठेवलीय. इथं गमजा करतो बेटा. मजेत राहतोय." मग नागेशकडे पाहत म्हणाला, "बायको कधी आणतोस रे?"

नागेशच्या डोळ्यांसमोर त्याची सावळी घट्ट भरलेली बायको तरळली. जीव कासावीस झाला.

"येतीय पुढल्या आठवड्यात."

'झ्याक् होईल!' पिंजा डोळ्याने गिऱ्हाईक हेरत उठला. "भेटतो रे नंतर. बरोबर जाऊ परत." म्हणत गेला.

रामाप्पा ग्लास उचलायला आला. तसाच समोरच्या बाकावर टेकला. म्हणाला, "सोड हे पोपट चालवणं. दुसऱ्याच्या दानतीवरचा धंदा."

नागेशच्या कपाळावर नाराजीची आठी पाहत म्हणाला, "अरे, दानत नाहीतर काय? हा पोपट काय खरं भविष्य सांगतोय का? तयार केलाय त्याला. त्याचा उडता पंख कापलाय. डुलत चालतंय ते मुकं जनावर. चिठ्ठीवर भविष्य ठरतं तर लोक लईच सुखी झाले असते. तुला माहितीये तू फसवतोस गिऱ्हाइकाला. व्हायचं ते टळत नाही. तुझ्याकडं उपाय बी नाही. असं फसवत जगण्यापरीस नोकरी कर. अंगमेहनत कर. सडू नको या तलावाजवळ."

रामाप्पा उठला. नागेशने त्याच्याकडे पाहायचं टाळलं. दूर आकाशाकडे निर्हेतुक नजर लावली. थोड्या वेळातच तलावाकाठी वर्दळ सुरू झाली. भल्या मोठ्या तलावाला किनाऱ्याकिनाऱ्याने लोखंडी गोल पाइपचं कुंपण लावलेलं होतं. त्याला लागून फरशी टाकून चालायचा ट्रॅक तयार केला होता. बाजूने हिरवळीचे मोठमोठे तुकडे होते. मधल्या मोकळ्या जागेत दुकाने, आइस्क्रीम व चहा-कॉफीच्या छोट्या टपऱ्या होत्या. नारळपाण्याच्या गाड्या होत्या. भेळ, शेंगा, फुगेवाल्यांच्या सायकली, टोपल्या होत्या. बुड्ढीके बालवालेही होते.

त्या तलावाच्या एका बाजूला या सगळ्यांनीच जणू एक रांगोळी घातली होती. वर्दळीचा केंद्रबिंदू हा भाग. मग उरलेला किनारा रिकामा होता. त्या भागात कुंपणाचे पाइप्स होते; पण जाळ्या लावलेल्या नव्हत्या. या उरलेल्या भागात अनेक प्रेमी युगुलं राजरोसपणे फिरत.

नागेश त्या तुरळक गर्दीत मिसळला. नजर भिरभिरत होती. त्याच्यासारखे तेरा-चौदाजण तलावाच्या काठी फिरायचे.

'ज्योतिष... ज्योतिष' तो सवयीने हाळी घालत होता.

मनात रामाप्पाचे शब्द फिरत होते.

तेवढ्यात तो मध्यमवयीन तेलकट चेहऱ्याचा माणूस समोर आला. नागेश मागे चालत गेला. नागेशने पिंजरा टेकवला. हिरवळीवर दोघं बसली, मांडी घालून.

"बोल, काय विचारायचंय? हा माझा बिज्जू उत्तर देईल."

त्याने पिंजऱ्यावर थोपटलं.

"बाप आजारी आहे. भाऊ नेत नाही. पैसा पुरत नाही. बायको भांडती. आता घर सोडून जायचं म्हणतेय. काडीमोड घ्यायचं बोलतेय." त्या माणसाचा आवाज केविलवाणा झाला.

नागेशने पिंजऱ्यावर टपला मारल्या, नेहमीसारख्या.

"चल बिज्जू, इसके प्रॉब्लेम का हल बता । क्या इसकी बीवी जाएगी छोडके? आजा मेरे राजा."

पोपट डुलत बाहेर आला. चिठ्ठी टाकून आत गेला. नागेशने चिठ्ठी घेतली.

"श्रद्धा और सबूरी." त्याने वाचलं. "दम धरा साहेब, सगळं चांगलं होईल." नागेश म्हणाला.

"कधी चांगलं होईल साहेब? कधी?"

"दम धरा साहेब, चांगलं होईल." नागेश.

"किती दिवस सांगा ना?"

खरं तर याचं उत्तर नागेशकडे कुठं होतं? रोज अनेक प्रश्न घेऊन भविष्य पाहायला यायचे, या पोपटाच्या चोचीतल्या चिठ्ठीत त्यांचं भविष्य बंदिस्त असल्यासारखे.

अनामिक आशेने; आसुसल्या मनाने.

वास्तविक नागेश या व्यवसायात आला तेच गमतीशीर पद्धतीने. त्याच्या मागच्या शंभर पिढ्यांत हा व्यवसाय कुणी केला नव्हता. पदव्युत्तर शिक्षण झाल्यावर तो सारखा नोकरीच्या शोधात फिरायचा. सकाळी आशेने निघालेला संध्याकाळी पुन्हा वर्तमानपत्राच्या 'पाहिजेत'च्या जाहिरातीजवळ असायचा. कधीतरीच असा कंटाळलेला तो देवळाच्या पायऱ्यांवर जाऊन बसला. कुणीतरी द्रोणात प्रसाद आणून दिला. निघताना तो आत जाऊन दर्शन घ्यायला निघाला तर सभामंडपात प्रवचन चालू होतं. तिथेच एका खांबाशी तो टेकला. प्रवचन करणारा आयुष्याबद्दल कितीतरी गोष्टी सांगत होता.

मग त्याचा हा छंदच झाला. निराशेने घेरलेल्या मनाला रात्री प्रवचनात ऐकायला मिळणारे बोधप्रद विचार व अनेक गोष्टी त्याला आवडत. आपलं कर्तव्य आपण करावं, फळाची आशा करू नये किंवा जे घडत असतं त्यावर आपलं बंधन नसतं, ते आपण बदलू शकत नाही. तसे प्रयत्न विफल होतात; पण तरीही प्रयत्न करत राहावं. यशासाठी प्रयत्न करत राहावेत; कारण ते जीवनावश्यक असतात. त्यातून दिशाही मिळते. इ. इ. असं प्रवचनकार बोले, ते नागेश लक्ष देऊन ऐकत असे. माणसाचं दैव आणि निर्णायक शक्ती म्हणजे नियतीने जे ठरवलेलं असतं, तेच घडतं, हे त्याच्यावर त्यातून बिंबलं जात होतं. या विचाराने कुठूनतरी अपयश सुसह्य होत होतं.

याच हेमाडपंती सभामंडपात त्याला बुवा भेटले. त्याच्यासाठी प्रसाद ठेवू लागले. त्याच्याशी बोलताना त्यांना तो बेरोजगार आहे हे कळलं.

''मी तुला सध्यापुरतं एक काम देऊ शकतो; पण तू शिकलेला आहेस. कदाचित तुला ते आवडायचं नाही.'' ते म्हणाले.

''काहीही काम करीन. मी फार वैतागलोय. दीड वर्षं फिरतोय. पैशांसाठी वडिलांपुढं हात पसरायला नको वाटतं.'' तो म्हणाला.

बुवांनी त्यांच्या जवळचा पिंजरा त्याच्या हवाली केला. आधी त्याला रुचलं नाही; पण मग त्याने तो घेतला. हसला आणि म्हणाला, ''माझ्यासाठी नियतीनं हाच व्यवसाय निवडला असेल. देव जाणे!''

नागेशला पोपट विकणाऱ्या बुवाने सांगितलं होतं की, वाईट काही सांगायचं नाही. पोपटाला जिवापाड सांभाळायचं. मरणाबद्दल काहीही बोलायचं नाही. नागेशने पंधरा चिठ्ठ्या केल्या. त्यातली मृत्युसंबंधीची चिठ्ठी त्याने काढून टाकली.

सुरुवातीला त्याला ठेवलेल्या चिठ्ठीशिवाय काहीही सांगता यायचं नाही; पण दोन-तीन महिन्यांत तो प्रश्नकर्त्यांचे चेहरे वाचायला शिकला. त्यांचे प्रश्न, अडचणी त्यांच्या डोळ्यांत दिसत असत. हातांच्या हालचाली, बसण्याच्या पद्धती सगळ्यांतून ते जोखता येई.

हा एक गमतीचा धंदा होता. कधीकधी गंमत म्हणून भविष्य जाणून घेणारेही येत. मजेत ऐकत. गंभीर नसत. त्या वेळी नागेशचा वेळही चांगला जाई. हातात पडणाऱ्या वीस-तीस रुपयांइतकाच तो

त्यांच्यात गुंते; पण गंभीर प्रश्न घेऊन येणाऱ्यांमुळे अस्वस्थ होई. आयुष्यातली विदारक दुःखं आणि सत्य त्याला बेचैन करत. मनात सारखा त्याच गोष्टींचा विचार चाले. आपले स्वतःचे प्रश्न-डिग्री, नोकरी, घर सगळे क्षुल्लक वाटे. तो ज्योतिषी झाला होता या योगायोगाचे हसू येई. तळमळून, तीव्र आशेने प्रश्न विचारणाऱ्यांसमोर अपराधी वाटे. त्यांना खोटी आशा दाखवून अस्वस्थ होई. सुरुवातीला आपलं सांगितलेलं भविष्य चुकलं तर लोक भांडतील, मारतील, पार्कबाहेर हुसकावून देतील असं त्याला वाटे.

पण दुःख सोसणारे, भविष्यकथन आणि पोपटही निमूटपणे सहन करतात, हे माहीत झाले. त्याने पिंजरा उघडला. पोपटाला बाहेर काढलं. त्याच्या पंखावरून हात फिरवला. हेच त्याच्या उपजीविकेचं साधन आणि व्यवसायाचं कौशल्य. आपण काय करतोय, हे त्या पोपटाला कुठं कळतंय? तो कोणत्या गोष्टीचं माध्यम आहे, हे तरी कुठं आकळतंय?

गिऱ्हाईक नव्हतं.

त्याने पिशवीतून पेपर काढला. वर्तमानपत्र उघडून गवतावर लवंडला.

''सर, सर.'' त्याला हळू आवाजात कुणीतरी हाकारलं. पेपर बाजूला करत तो उठून बसला.

नितांत सुंदर मुलगी! पाहता क्षणी त्याला आवडली. तो अनुकूल झाला.

सावळी. नाकेली. छोट्या कपाळावर केसांच्या महिरपीची रेषा आणि पाठीवर रुळणारे लांबसडक मोकळे केस वाऱ्याने पुढे आलेले. ती जीन्स आणि टॉपमध्ये होती.

''बोला,'' तो बसत म्हणाला. सवयीने गवतावर थापटलं.

''इथे नको.'' ती पुटपुटली. तलावाच्या कमी गर्दीच्या बाजूला बोट दाखवलं.

तो उठला. तिच्यामागे चालू लागला. ती उंच आहे आणि चालीत एक डौल आहे, हे त्याला जाणवलं.

ती लोखंडी पाइपच्या कुंपणापाशी थांबली. तिथे तो बसला. तीही उकिडवी एका गुडघ्यावर बसली. तिने इकडेतिकडे पाहत खूण केली.

एक गोरा, उंच, देखणा तरुण झाडामागून आला. रस्त्याकडे पाठ

करून बसला. एक शब्दही बोलला नाही.

नागेशने दोघांकडे प्रश्नार्थक नजरेनं पाहिलं. मागे पाणी उपसण्याच्या मोटारचा आवाज चालू होता.

"विचारा."

तिने मान हलवली. प्रसन्न हसत तरुणाकडे पाहिलं.

"हम... हम प्यार करते । शादी करने को मांगता...।"

तिचा चेहरा उमललेला होता. डोळे हसत होते. पाठीवरचे मोकळे केस उडून चेहऱ्याजवळ येत होते. तो मात्र अस्वस्थ वाटत होता. डोळे भिरभिरत होते. ती काय बोलतेय याकडे त्याचं लक्ष नव्हतं; हा भाग चटकन संपावा, असा भाव होता. तरुण सशक्त होता. भुवईवर मोठ्या जखमेची खूण होती. मोठा पंजा. उंची घड्याळ.

"आजा बिज्जू, इनका भविष्य बता दे ।"

पोपट येईना. चार-पाच वेळा वाजवल्यावर बाहेर आला. चिठ्ठी आणली. नागेशने उघडली.

'मृत्यू!'

नागेश दचकला.

ही चिठ्ठी? ही तर काढून टाकली होती. कुठून आली? तो गांगरला. गेल्या दोन वर्षांत अशी चिठ्ठी आली नव्हती. का आली?

"क्या है?" तिची उत्सुकता.

नागेश सावरला. चेहऱ्यावर हसू आणलं.

"बहुत अच्छा है! खूश रहोगे ।"

"पर शादी?" ती पुटपुटली.

"होईल ना." नागेश.

"कब?"

नागेश सावध झाला. त्याच्या डोक्यात अजूनही वादळ होतं.

"सहा महिने थांबावं लागेल. घरून विरोध होईल."

तो अंधारात खडे मारत होता. वेळकाढूपणा.

"वही तो; घरवाले नही मानते ।" तिच्या डोळ्यांत पाणी आलं.

"हो जाएगा ।" तो उठत म्हणाला.

तिने टेकवलेल्या नोटेकडे पाहण्याचं धाडस त्याला झालं नाही. मुलीने त्याला नमस्कार केला. तो संकोचला.

''फिर आती।''

ती गेली.

नागेश मनातून धसकल्यासारखा झाला. एरवी बिनासंकोच आशा दाखवायचा; पण आज त्याने ते चंद्रबळ आणून केलं होतं. त्याला अपराधी वाटलं.

का?

हे भविष्य खरं नव्हतंच. त्यानं बुवाच्या सांगण्यानंतर ती चिठ्ठी काढून टाकली होती. स्वतःच्या आळसावर तो चिडला. कितीतरी दिवसांत त्याने त्या चिठ्ठ्या तपासल्या नव्हत्या.

नसलेली चिठ्ठी आली कुठून?

हा योगायोग काय सुचवतोय? हीच चिठ्ठी का आली?

तेवढ्यात तो तरुण परत आला. नागेशला घाबरल्यासारखं झालं.

''शुक्रिया,'' तो म्हणाला. ''कल का भविष्य मालूम नही। मेरा आज आपने संभाल लिया।''

त्याने हस्तांदोलनासाठी हात पुढे केला. तगडा हात. मजबूत पकड. भेदक डोळे.

ती मुलगी मात्र नागेशच्या मनावर बिंबली.

तो अस्वस्थ होता. चांगलाच हलला होता. हा बिज्जू खरा पोपटच आहे का? की अज्ञाताचा संकेत घेऊन येतोय? की हा माध्यम आहे त्या अज्ञाताचं? काय होईल त्या मुलीचं? पिंजऱ्यातून दोन-तीन वेळेला पोपट बाहेर काढून तो निरखी. ''कहाँ से चिठ्ठी लायी?'' त्या मुक्या पक्ष्याला विचारी. त्या चिठ्ठीने त्याचं आयुष्य बदललं.

दोन-तीन महिने झाले.

नागेश रोजच्यासारखा तलावाकाठी आला. आडोसा असलेल्या बंद दुकानाच्या पायरीवर बसला. निवांत होत वर्तमानपत्र वाचावं म्हणून काखेतला पेपर काढला.

नेहमीच्याच ठळक बातम्या. तो पान उलटणार तोच कोपऱ्यातल्या फोटोकडे लक्ष गेलं. तो थबकला.

तोच चेहरा. तोच मुलगा. त्या सुंदर मुलीबरोबरचा. भरभर त्याने बातमी वाचायला सुरुवात केली.

आतंकवादी?

त्याचा विश्वासच बसेना. तो वाचत होता.

सहा-सात महिन्यांपूर्वी बारा आतंकवादी सीमापार घुसले. त्यांपैकी पाच पकडले गेले; पण उरलेले सापडत नव्हते. खबऱ्याकडून या तरुणाचा ठावठिकाणा लागताच सापळा रचून त्याला पकडलं. त्याच्याजवळ आक्षेपार्ह पुरावे सापडले. पोलीस त्याच्या सतत मागावर होते. त्याच्याबरोबरची मुलगी साथीदार असावी असा संशय आहे. पोलीस त्याची चौकशी करत आहेत. आतंकवाद्यापासून धोका लक्षात घेऊन गावात सतर्कतेचा इशारा दिला आहे.

नागेश हादरल्यासारखा एकदम उभा राहिला. त्याला काही सुचेना. त्या तरुणाचं वाक्य आठवलं.

'शुक्रिया, मेरा आज आपने संभाल लिया...।'

त्याच्या डोक्यात विचारांचं भेंडोळं सुटलं.

वाटलाच होता तसा. संशयास्पद हालचाली करत होता. बाप रे! वाचलोच आपण. पोलिसांकडे जावं का? सांगावं का त्यांना? नको नको, त्या मुलीचं काय होईल? इतकी सुंदर. तुटून गेली असेल. निरागस होती. लग्न करायला निघाली होती. केवढा धक्का. आतंकवाद्यात कुठं गुंतली असेल ती?

त्याला एकदम ती भेटावी असं वाटलं.

भविष्य पाहायला पुन्हा ती यावी.

या विचारासरशी तो दचकला.

एकदम पिंजऱ्याकडे पाहिलं.

'मृत्यू!'

ती चिठ्ठी.

त्याला एकदम पोपटाचीच भीती वाटू लागली.

सोडून द्यावा का याला? त्याच्या अंगात कुणी शिरलं असेल का? संध्याकाळी पाण्याकाठी अज्ञात शक्ती फिरतात, असं आई म्हणायची. खरं होतं का ते?

त्या तरुणाचा मृत्यू अटळ आहे हेच सांगत होता का पोपट?

कुणाचा मृत्यू?

तो अविश्वासाने पिंजऱ्याकडे पाहत होता. त्याने पिंजरा तिथेच ठेवला. तलावाभोवती तरातरा चालायला लागला. मागून पिंजा हाकारतोय,

हे त्याला फक्त जाणवून गेलं. कळलं नाही. त्या मुलीचा चेहरा, निष्पाप डोळे, त्यातली अधीरता त्याच्या डोळ्यांसमोरून जाईना.

त्याला एकाएकी अत्यंत अपराधी वाटू लागलं.

नको असा धंदा. यात खोटेपणा होता तोवर ठीक होतं; पण हे काय आहे? हा कुठला संकेत आहे? हा कुठून आला? ती चिठ्ठी? बिज्जू बाहेर यायला तयार नव्हता. पिंजऱ्यातल्या अंधारात काय गूढ आहे? मला जाणवलं कसं नाही? तो आकस्मिक संकेत का आला, कसा आला, हे मी का नाही विचारलं कुणाला? भीतीने तो शहारला. माझ्याच पोपटाने का? मीच माध्यम आहे का त्या अंधाराचं?

तो मटकन खाली बसला.

काय करावं? त्या मुलीला शोधावं का? काय सांगावं भेटून? कसं सांत्वन करावं? पोपटाचं भविष्य खरं नसतं? त्याला रात्री देवळात ऐकलेली प्रवचनं आठवत राहिली; पण काय खरं आहे? मग नियती अटळ असते हे सांगावं? प्रारब्ध बदलता येत नाही वगैरे मलाच माहिती नसलेलं ऐकीव तत्त्वज्ञान सांगावं?

त्याला तळमळीने तिची भेट हवी होती.

'हा धक्का सहन कर. पोलिसांच्या भानगडीत जाऊ नकोस. तारुण्यातली फसगत असते वगैरे. पण भेट मला.'

मग त्याला वाटलं, अटळ नियतीला तर तिनेच आमंत्रण दिलं. तिनेच निर्णय घेतला. प्रेम करण्याचा. प्रेम व्यक्त करण्याचा. लग्न करण्याचा. तिनेच बोलावून आणलं त्या अंधारगर्भ अज्ञाताला.

तो सैरभैर होता. वादळून गेला होता. त्या वादळाला खूप दिशा होत्या; पण केंद्र एकच होतं.

ती मुलगी आणि चिठ्ठी.


महिना उलटला असेल. तो रोज सकाळी जाऊन वर्तमानपत्र विकत घेई. तिथेच बसून चाळे. मग घरी पुन्हा नीट तपासून पाही.

त्याची शंका खरी ठरली. बातमी पाहून त्याला धस्स झालं. एके दिवशी आतल्या पानावर तिचा फोटो होता.

'तरुणीची आत्महत्या'

कापऱ्या हाताने त्याने पेपरची घडी घातली. उद्विग्न होऊन तो

उठला. छातीत कळ उठली. कपाळ घामाने भरलं. तो चालत राहिला.

मृत्यू

ते पंख कापलेलं पाखरू माध्यम आहे.

माझं की अज्ञाताचं?

वेगळ्या गुढाने तो घेरला.

पिंजऱ्यातल्या चिठ्ठ्या चाचपू लागला.

ते गूढ कधीतरी हाताला लागेल या कल्पनेने.

■

# पत्र आलंय

**डोक्यात आठवणींची वादळं** आणि विचारांची त्सुनामी असलेले अण्णा सकाळपासून गोंधळल्यासारखं काम करत होते. वस्तू ठेवत होते, काढत होते. कोणतंही काम करायला घेतलं की, ते अर्धवट टाकून दुसऱ्या कामाकडे वळत होते. मध्येच पेपर उघडून वाचायचा प्रयत्न करत होते. ठळक बातम्यासुद्धा त्यांच्या डोक्यात शिरल्याचं त्यांना जाणवत नव्हतं. पेपर दुमडून ठेवून ते बँकेची पासबुकं पाहायला उठले. तेवढ्यात गवळी दारात आला. थेट झोपायच्या खोलीतून पाकीट आणून त्यांनी त्याचे पैसे दिले. हिशेब आधीच करून ठेवला होता. उरलेले दिवस टपरीवरून रोज दुधाची पिशवी आणायचं त्यांनी ठरवलं होतं. चार-सहा दिवसांचा प्रश्न. त्यांनी पैसे दिले खरे; पण जरा चुळबुळले.

''बरं अण्णा. दूरच्या देशात चाललाय. आमची ओळख ठेवा. कधी आलाच इकडं तर कळवा. आता लेकाच्या घरी म्हातारी हाडं टेकवा. इश्रांती घ्या. लय कष्ट करून झाले.''

त्यांनी यंत्रवत मान हलवली. मनातून ते पुरते खचले होते. याला काय बोलावं, काय सांगावं किंवा काहीच सांगू नये हे त्यांना कळेना. ते नुसतेच गोंधळून उभे राहिले. पाय शिशाचे झाले. तो थांबला; ते काहीतरी बोलतील म्हणून. आवंढा गिळत ते म्हणाले, ''आपला देशच चांगला. कुठं जायचं तिकडे. अजून काही दिवस इकडंच थांबावं म्हणतोय. तू असं कर. हे पैसे घेतलेस तरी येत राहा. जाईपर्यंत काय काय होतं माहिती नाही. तू दूध आणत राहिलास तर भेट होईल.''

गवळी काही न कळून नुसताच उभा राहिला. म्हणाला, ''पन तुम्हीच तर म्हणाले की, चोवीस तारखेचं तिकीट हाय म्हणून!''

अण्णा गडबडले. सावरून घेत म्हणाले,

''बरोबर आहे. वयोमानानं विसरायला होतं. ठीक आहे. ठीक आहे.''

गवळी हसला. नमस्कार करून गेला.

''सुटलो. नाहीतर यालाच चालू ठेवलं असतं तर अमेरिकेला मुलगा बोलवत नाही म्हणून गावभर बोंबलला असता!''

अण्णांना एकदम गळून गेल्यासारखं झालं. हातापायांतली शक्ती गमावून गेल्यासारखे व्हरांड्यातल्या लाकडी फळ्यांच्या कॉटवर ते बसून राहिले, दुधाचं भांडं तसंच धरून.

घरात माणसं होती तेव्हा छोटेखानी वाटणारा हा बंगला आता केवढा मोठा आणि ओकाबोका वाटतोय. अजगराच्या पोटासारखा. समीर बारावीनंतर पवईला गेल्यापासून असाच वाटायचा, तो सुट्टीत आला की गजबजायचा.

तो परत येणारच याची खात्री होती अण्णांना आणि वेणुबाईंना. त्याला मोठ्या शिक्षणानंतर मोठी नोकरी मिळाली तरी तो आई-वडिलांबरोबरच राहणार, ही आशा पक्की होती. तो एकुलता एक मुलगा. त्याच्यासाठी जगणं. त्याच्यासाठी कष्ट करणं. त्याच्यासाठी स्वप्नं पाहणं. त्याच्या स्वप्नांसाठी गाठीला पैसे ठेवणं आणि त्याच्या लहानातल्या लहान इच्छेची पूर्तता करण्यासाठी धडपडणं.

'मुलांना पुढच्या पाण्याची ओढ असते बाबा' असं अण्णांची आई म्हणे. समीर अमेरिकेला गेला, तेव्हा त्यांनी आणि वेणुबाईंनी या वाक्यावर समाधान करून घेतलं. त्याच्या प्रगतीच्या आड आले नाहीत.

रुक्मिणी आली.

"असं का वो बसला? दुखत बिखत नाही ना? दूध तापवायचंय जणू..." म्हणत तिनं पातेलं उचललं.

दूध गॅसवर ठेवून ती झाडायला गेली. अण्णा गॅसपाशी उभे राहिले. अधांतरी असल्यासारखे. वेणुबाईंच्या दम्याच्या खोकल्याच्या ढासेसारखे ठेचकाळत राहिले. एकाच विचारावर. आपण चुकलो की बरोबर होतो?

समीर आपल्यासाठी नक्कीच परत येईल ही आशा फार दिवस ठेवली आपण. निदान आईसाठी तरी. तो आला नाही. वेणुबाई फार कळवळून त्याला बोलवायच्या. त्याची आठवण काढायच्या. दम्याने खोकून बेजार व्हायच्या. डोळे गाळायच्या. समीरने त्यांना अमेरिकेला बोलावलं.

घरी पोहोचताच त्यांना पहिला धक्का बसला तो सुनेला पाहून. समीर मरिनाबरोबर राहत होता. 'लिव्ह इन'चं नातं. अण्णांच्या

आकलनापलीकडचं. वेणुबाईंनी डोळे सुजवून घेतले. दोघंही तोंडात मारल्यासारखे झाले. वेणुबाईंच्या स्वप्नांचे तुकडे जमा करून जोडणं अण्णांना अशक्य होतं. त्यांच्या दम्याने उचल खाल्ली ते सांभाळत आणि स्वतःच्या मुलाच्या घरात अंग चोरून जणू स्वतःच गुन्हा केल्यासारखं अपराधीपण त्यांना असह्य झालं, तेव्हा वेणुबाईंच्या संमतीने त्यांच्या दुखण्याच्या नावाखाली ते परतले.

चेहऱ्यावर उसनं हसू आणत त्यांनी न पाहिलेली चित्रातली अमेरिका लोकांना वर्णन करून सांगितली.

एक निर्णय घेतला.

समीरकडे अमेरिकेला कधीही जायचं नाही.

मनातल्या मनात ठरवलेली गोष्ट एका क्षणी त्यांनी वेणुबाईंना सांगितली. त्या पुरत्या ढासळल्या. मुलाबरोबरची स्वप्नं तर संपली होतीच. आता नाळच तुटत होती.

अण्णांनी समीरकडून आर्थिक मदत न घेण्याचं ठरवलं. निवृत्तीनंतर हा प्रश्न येणार म्हणून त्यांनी निवृत्त होताच एका शिक्षण संस्थेत व्यवस्थापकाचं काम घेतलं. संस्था खासगी होती. पगार फार नव्हता तरीही कटोरा घेऊन मुलाच्या दारी जावं लागणार नव्हतं. या नोकरीत त्यांना प्यून ते ऑफिस सुपरिंटेंडंटपर्यंत कुठलेही काम पडे. विद्यार्थी कमी. अनियमित. कॉलेज रात्रीचं; त्यामुळे नोट्स हा अध्यापनाचा अपरिहार्य भाग होता. प्राध्यापक वेळेवर यायचे नाहीत. विद्यार्थ्यांच्या तक्रारी वाढत होत्या. शेवटी अध्यक्षांनी एक मीटिंग बोलावून प्राध्यापकांनी नोट्स संस्थेकडे द्यायच्या आणि त्या टाइप करून विद्यार्थ्यांना पुरवायच्या, हा व्हेटो काढला आणि ती जबाबदारी अण्णांवर टाकली. अण्णांची तारेवरची कसरत सुरू झाली. प्राध्यापक वेळेवर नोट्स देईनात. टायपिस्टही तसाच! विद्यार्थ्यांचा तगादा. अण्णा चिडायचे. शेवटी त्यांनी स्वतः टायपिंग शिकायचं ठरवलं. ऑफिसमधला जुना टाइपरायटर दुरुस्त करून ऽटऽफ करत ते मनाने टाइप करू लागले. स्वतःच्या पद्धतीने त्यांनी नोट्स टाइप केल्या. हा निर्णय त्यांना आर्थिक फायद्याचा ठरला. या नादातूनच ते कम्प्युटर शिकले. पासष्टीचा विद्यार्थी इतरांच्या गमतीचा विषय झाला तरी ते डगमगले नाहीत. एका प्राध्यापकाने त्यांना मनापासून मदत केली. सॉफ्टवेअर्स दिली. अण्णा वर्षभरात

विद्यापीठाचे प्रबंध टाइप करू लागले. एकदा एका असोसिएशनचे सेक्रेटरी आले. त्यांना मासिक करायचे होते. त्यांनी परदेशातून सॉफ्टवेअर आणवले. अण्णांनी एका नव्या क्षेत्रात पाऊल टाकले आणि यश मिळवत गेले. तसा पैसाही!

वेणुबाई जात्याच सहनशील होत्या. गृहिणी. चार भिंतींत त्या गुदमरत होत्या. मुलाचा विचार, नवऱ्याचा हट्ट. त्यात समीर बोलवायचं थांबला होता. त्याला घर घ्यायचं होतं. त्याचे आवर्जून येणारे फोन शिष्टाचारापुरते आहेत, असं वेणुबाईंना वाटायचं. अण्णा कामात बुडालेले. त्या मोकळ्या विचार करीत बसायच्या. अशाच खंगत गेल्या. पुढे त्यांचा आजार बळावला.

त्यांनी अंथरूण धरलं. दवाखान्याच्या चकरा, प्रकृतीसाठी वेगवेगळ्या चाचण्या यामुळे 'आपल्याला मदत नाही' याची जाणीव दोघांना तीव्रपणे झाली. वेणुबाईंची तब्येत ठीक नाही, हे समीरला कळवणं भाग होतं.

तो आला. एकटाच. बरोबर आणलेले घराचे, मुलाचे अनेक फोटो दाखवले. जाताना पैसे देऊ केले. दोघांना अमेरिकेला चलायचा आग्रह केला. आग्रह वरवरचा होता, हे अण्णांनी ओळखलं. तो गेला.

वर्षभरात वेणुबाईंची तब्येत आणखी खराब झाली. सारखं हॉस्पिटलमध्ये ॲडमिट करावं लागायचं. अण्णांनी दोन बायका कामावर ठेवल्या.

'अशा उधार, पैशांसाठी कामं करणाऱ्यांना कुठं माया असते का?' वेणुबाई तक्रार करायच्या.

'घर विकून टाका. मुलाकडे जाऊन मजेत राहा. आता या वयात कशाला पाहिजेत कष्ट? कितीही तुसडा असला तरी मुलगा म्हणजे आपलंच रक्त. तिथे जायला पाहिजे अण्णा तुम्ही.' असे नातेवाइकांचे सल्ले सुरू झाले.

मुलगा आपलेपणाच्या ओलाव्याने बोलावतच नाही, हे कुणाला सांगायचं? असं अण्णांना वाटायचं.

एका रात्री वेणुबाईंनी त्यांना हलवून जागं केलं. अस्वस्थ वाटतंय, छाती जड झालीय म्हणाल्या. अण्णा घाबरले. रात्री डॉक्टर बोलावले; पण वेणुबाईंनी तग धरली नाही. अण्णांच्या हातावर त्यांनी प्राण सोडला; पण अण्णांना भानावर यावंच लागलं. वेणुबाईंना तसंच ठेवून

त्यांनी एकेका नंबरवर नातेवाइकांना त्यांच्या मृत्युची बातमी द्यायला सुरुवात केली. डॉक्टर आले. त्यांनी मृत्यू निश्चित केला.

रात्रीच्या अंधारात, मृत्युच्या बरोबर अण्णा विषण्ण बसून राहिले. सगळं संपल्याच्या जाणिवेने आणि अतीव एकटेपणाच्या कल्पनेने ते खचले.

गेली तेरा वर्षं ते त्या घरात एकटे होते. वास्तविक वेणुबाई गेल्यावर आपण लगेच मरू, असं त्यांना वाटलं होतं; पण मरण खरोखरच माणसाच्या हाती नाही, हे आता कळत होतं. आपल्याला सोबतीला, बोलायला, गप्पा मारायला, मुख्य म्हणजे विचारपूस करायला माणसं लागतात, आपण एकटे जगू शकत नाही, हे या काळात त्यांना तीव्रतेने जाणवत होतं. तब्येतीच्या कुरबुरी चालू झाल्या.

घराचा रंग गेला होता. भिंतींना ओल लागलेली. छताला, भिंतींना पोपडे आलेले. फर्निचरवर धूळ साठलेली. अंगणात पानं-कचरा. बाग नावापुरती. तण वाढलेलं. गवती झाडं वाढलेली. घरात भांडी असोत, कपडे असोत; अत्यंत अव्यवस्थित. अण्णांना काही करावसंच वाटत नव्हतं. नोकर तात्पुरतं करत होते. तब्येतीने त्यांना होत नव्हतं आणि हतबलतेने त्यांना ग्रासलं होतं.

घरातला कम्प्युटर आणि काम एवढं आयुष्य.

अचानक समीर आला.

कुठल्या तरी सेमिनारसाठी भारतात आला होता. आपलं घर पाहून तो आश्चर्यचकित झाला. दुःखी झाला. वडिलांची कणव दाटून आली. त्यांनी त्याच्या बरोबर जावं म्हणून त्याने आर्जवं केली.

परत गेल्यानंतर मात्र त्याने एकदाही 'तुम्ही या' म्हणून ई-मेल केला नाही. आणि अचानक एक ई-मेल आला. 'तुम्ही या. बंगला किंवा कोणतीही स्थावर मालमत्ता ठेवू नका. सगळं आटोपून या.'

मनातून अण्णांना बरं वाटलं. आनंदाने त्यांनी मित्रांना, नातेवाइकांना हे सांगून मनाने जाण्याची तयारी पुरी केली. सगळ्यांनी मदत केली. बंगल्याच्या विक्रीची इसार पावती झाली. तारीख ठरली. बंगल्यातलं सामान इतकं जुनं होतं की कॉट, चार भांडी, गॅस ठेवून उरलेलं नोकरांना वाटून टाकलं. वीस तारखेला रजिस्ट्री करून पैसे बँकेत टाकून चोवीसला विमानात बसायचं.

आणि काल समीरचा मेल आला.

'गैरसमज करून घेऊ नका; पण तुम्ही इकडे येऊ नका. मी विलक्षण तणावांत आहे. आर्थिक मंदी आणि बायकोशी न पटल्याने घटस्फोट घेण्याच्या मार्गावर आहे.''

अण्णांना घटस्फोटाचं कारण कळत होतं. समीरचं लग्न त्यांच्या न जाण्याने वाचणार होतं. त्याने घेतलेला निर्णय तो सांगत होता; पण ते स्वतः मोडले होते.

एका मोठ्या लंबकाला लोंबकळून त्यांनी 'नाही जायचं' ते 'जायचं' असा मनाला त्रासदायक वाटणारा निर्णय मान्य करून पचवला होता.

आजूबाजूचे लोक, कामावरचे, बँकेतले लोक नातेवाईक सगळ्यांना ते जाताहेत – कायमचे – म्हणून सांगितलं होतं. अनेकांची जेवणं घेत होते.

मनात माझी माती, माझा देश, माझं घर, माझे पूर्वज त्यांच्या स्मृती आणि वेणुबाईंसह घालवलेलं आयुष्य आठवून विव्हळत होते.

पण न जाण्याचं पत्रं आलं आणि ते हादरले.

आता भविष्य काय?

बाजूच्यांना काय कारण द्यायचं?

आपण कसे जगणार? वृद्धाश्रम हा एकच पर्याय आहे का? चारजणांच्या खांद्यावर जाणं होईल? वेणुबाई भाग्यवान म्हणायच्या. आपण कुणा नातेवाइकाचा आधार घेऊ शकतो का? कोण आपल्याला ठेवून घेईल? वादळातल्या लाटांवर ते हिंदकळत होते.

''बाबा-दूध उतू गेलं ना, कुठं ध्यान आहे तुमचं?'' रुक्मिणी मागून म्हणाली.

त्या उतू गेलेल्या आणि तरीही उकळणाऱ्या दुधाकडे ते पाहत राहिले.

'पत्रं आलंय' ते पुटपुटले.

■

# मोकळं आकाश

**त्याने हातातल्या मळकट** प्लॅस्टिकच्या बाटलीकडे पाहिलं. पाणी संपलं होतं. तहान लागलेली. त्याने नळ दिसतो का पाहिलं. नव्हता. पाणी विकत घेणं शक्य नव्हतं. हॉटेलात चहा प्यायल्याशिवाय पाणी मिळत नसतं. त्याने उसासा टाकला. रस्त्याकडे नजर टाकली. त्याला भूमिअधिकरण आणि पुनर्वसन कार्यालयाचा कारकून जाताना दिसला. तो झटकन उठला. कपड्यांवरची धूळ झटकली.

"माने साहेब," तो मागे धावला.

मानेंनी मागे पाहिलं. त्यांच्या कपाळावर एक सूक्ष्म आठी आली. जवळ जात शिवाप्पा म्हणाला,

"आज माझ्या केसचं बघा. किती खेटे घालू? जमीन बी घेऊन बसला आन पैसे बी देत नाहीत. माझ्या गुरांना उन्हात बांधतोय. नावाला झाड ठेवलं नाही तुमी, सगळं साफ केलंय. आम्हाला मोकळ्या आभाळाखाली बसवलंय."

"झाड ठेवून रस्तारुंदी झाली असती का? अन् तोही राष्ट्रीय महामार्ग? मध्ये मध्ये झाडं ठेवून गाड्या काय नट्यांसारखं नागमोडी नाचत चालवायच्या का? चारपदरी रस्ता होतोय." माने म्हणाले.

शिवाप्पाला त्यांचा विनोद समजला नाही.

"बक्कळ चारपदरी होतोय पर आमचं काय? गावात एक बिरजूशेठ सोडला तर कुनाकडं गाडी नाय. तुम्ही तर त्यांचं घर मध्ये येऊन बी तोडलं नाय."

"बिरजूशेठमुळे रस्ता पुढं सरकत नाहीये. वास्तविक तीन किलोमीटर जागा संपादित केली तेव्हाच पेमेंट निघालं; पण अडून पडलंय. या बाप्यानं कोर्टातून स्टे आणलाय. मोठं धेंड, त्याला मिनिस्ट्रीतून सल्ला मिळालाय. वरून आशीर्वाद असला तर काय होणार, ते चाललंय. तू किती चकरा मारणार? तशी गुंजाइश दिसली तर मीच कळवीन. माझा एक सहकारी तुझ्या गावचा आहे." माने म्हणाले.

"तुम्ही बिरजूशेठसारख्या मोठ्या लोकांचं ऐकणार. आमचं गरिबाचं मरण आहे. पैसा नाही. शेत घेतलं. तिथं डबर आणून टाकलं. राहायला जमीन आन् डोक्यावर आभाळ. उन्हात घर बांधलंय आमचं."

"तुम्ही पण जायचं कोर्टात."

"इथं संसाराला पैसा पुरना. कोर्टात काय जातो साहेब? पण मोर्चात गेलो होतो की! धरणं बी धरली होती." शिवाप्पा उसासला.

पाय ओढत तो चहाच्या टपरीत गेला.

नको असलेला चहा बायकोने दिलेल्या चपातीसोबत घेतला. बाटलीत गढूळ पाणी भरून घेताना टपरीचा मालक ओरडला,

"ए, पाणी विकत घेतो मी. तुझ्या बापाचं असल्यासारखं भरायला लागलास."

मिळालं तेवढं पाणी त्याने घेतलं. हाताने कळल्याची खूण केली.

एका हाताच्या ओंजळीत टमरेलने पाणी ओतून चेहऱ्यावर पसरलं. गळ्याभोवतीच्या पंचाने पुसलं.


तीन वर्षांपूर्वी शिवाप्पा आणि सोबाम्माला लॉटरी लागल्यासारखी झाली. सोबाम्माची निपुत्रिक मावशी मेली. सोबा एकटी तिची वारस. तिच्या खेड्यातल्या जमिनीचा तुकडा सोबाच्या वाट्याला आला.

अचानक मिळालेल्या लाभाने दोघं सुखावले. स्वप्ने सुरू झाली.

- नवं डोरलं. नथ.
- नवी बैलजोडी.
- नवं घर.
- एखाद्या धंद्याची सुरुवात.
- मुलाला चांगली शाळा

कितीतरी.

सोबाला रोजचे कष्ट जाचक वाटेनात.

त्यांची स्वतःची दोन एकर जमीन होती. एका बाजूला रस्ता आणि मागच्या बाजूला नाला होता. नाल्यापर्यंतची अर्धा एकर जमीनही ते कसायचे. झाडांना त्यातलं पाणी हंड्यांनी आणून घालायचे. दोन गाई, दोन बैल, थोड्या बकऱ्या आणि कोंबड्या ही संपत्ती. दुधाचा धंदा. दुसऱ्याच्या शेतावर रोजंदारीला जायचे.

सोबाच्या मावशीच्या खेड्यात जाऊन जमीन कसणं अशक्य होतं. फार विचारांती त्यांनी ते विकायचं ठरवलं. त्यातून पक्कं घर बांधायचं या विचाराने जमीन विकली तरी प्रत्यक्षात विक्रीची किंमत त्यांच्या अपेक्षेइतकी आली नाही.

जेमतेम दोन खोल्या बांधल्या. गोठा बांधायला घेतला; पैसे संपले. कंबरेपर्यंत भिंती झाल्या होत्या. बल्ल्या लावून वर गवताचं छप्पर टाकलं. पावसाळा त्रासाचा होता.

त्यांनी गोठ्याच्या भिंती मातीच्या भेल्या करून वाढवायचं ठरवलं. तेच गवंडी. तेच मातकाम करणारे मजूर. राबून खपून त्यांनी गोठा बांधून काढला. वर तुरांट्या, पेंढ्या टाकून मेणकापडाने झाकलं.

आता ते थोडे निवांत झाले. त्यांच्या आणि जनावरांच्या डोक्यावर छप्पर आलं. नंतरची दोन वर्षं बरी गेली. फार संपत्ती जमली नाही तरी शेत विकलं असूनही पैसा शिल्लक राहिला नाही.

एके दिवशी भरदुपारी दोनजण त्याच्या शेतात घुसले. एक पन्नाशीचा असेल, एक तरुण. टेप घेऊन ते मुख्य रस्त्यापासून अंतर मोजू लागले. शिवाप्पा धावला. चिडून ओरडला,

"काय पायजे? शेतात का घुसला? आन् कुपाट मोडलीवर. घासाचा वाफा बी तुडवला. हे काय मोजताय?"

त्या दोघांनी जे सांगितलं ते ऐकून तो अवाक् झाला.

"समोरच्या जाणाऱ्या रस्त्याचं सरकार रुंदीकरण करणार हाय. त्यांनी मोजणी करायला सांगितलीय. किती जमीन जातेय ते काढून द्यायचं. चढ-उतार, वळणं ठरतील तशी, तितकी जमीन सरकार संपादित करील."

"अरे वा! अशी कशी घ्याल जमीन?" शिवाप्पा त्वेषाने म्हणाला. "खिरपेंड वाटली की काय तुम्हाला? आम्ही दिली पाहिजे ना? जमीन तुम्हाला देऊन आम्ही काय खायचं? आम्ही पोलिसांत जाऊ. नेत्यांना सांगू." त्याला पुढे काय बोलायचं ते सुचेना. संतापाने गोंधळून तो खुंटल्यासारखा गप्प झाला. त्यातल्या प्रौढाने थांबवण्यासाठी हात केला. शांतपणे म्हणाला, "आम्ही हुकमाचे ताबेदार. तुम्ही ज्यांच्याकडे जाणार ते सरकारचा भाग आहेत. तुम्ही कोर्टात जाऊ शकाल."

संध्याकाळी शिवाप्पा गावात स्टँडवर गेला. तिथला वडाचा पार गप्पांचा, मत मांडण्याचं, वादाचं व्यासपीठ होतं. तिथं प्रौढ, शहाणे, खबरे, पोच असलेले असायचे. शिवाप्पाने घडलेली घटना सांगितली. थोड्यांनी मान डोलवली. एकाने सांगितलं की, नॅशनल हायवे होतोय. खूप रुंद, खूप गाड्या एकाच वेळी जातील. चारपदरी. पाचवी लेन

गाडी पार्किंगची. सरकार गेलेल्या जमिनीचा पैसा देईल. यावर तिथं बरीच चर्चा झाली. निष्फळ!

हादरलेला शिवाप्पा घरी आला; पण त्याचं कशातच लक्ष लागेना. थोडी जमीन गेली तरी उत्पन्न घटणारच. पैसा दिला तरी सरकारी भावात. कारखानदारांनी घेतलेल्या जमिनींचा लढा त्याला माहिती होता. रात्रभर कुणाकुणाच्या जमिनी जाऊ शकतात, याचा तो विचार करत होता. शेजारपासूनची रांग त्याला पाठ होती. तिमाकाका, सुधाकर, थोटे, बिरजूशेठ - तो बिरजूशेठच्या नावावर थांबला. श्रीमंत माणूस. महालटपटी, खटपटी करणारा. त्याचीच आशा.

घटना इतक्या झटपट झाल्या की, शिवाप्पाला भोवऱ्यात सापडल्यासारखं झालं. गावकऱ्यांची सभा, पीडित जमीनधारकांबरोबर संपर्क, एकत्रित आणि वेगवेगळ्या बैठका. वेगवेगळे होणारे निर्णय. आमदारांना मध्ये घालण्याचा प्रयत्न. याचा परिणाम होत नाही, असं पाहून साखळी उपोषण; आमरण उपोषण झालं. सरकारने बैठकीला बोलावलं. मोठ्या रस्त्यांची आवश्यकता, शहरं जोडणं, व्यापार वाढवणं इ. इ. गोष्टींची चर्चा करून जमिनीला पर्याय म्हणून दुसरीकडे जमीन किंवा विकत असल्यास पैसे असे पर्याय दिले. लोक ऐकत नाहीत, असं पाहून प्रोजेक्ट होणार नाही, असं आश्वासन दिलं.

लोकांनी विश्वास ठेवला. निवांत झाले.

एके दिवशी धडधडत ट्रक आले. रस्त्याच्या कडेला डबर येऊन पडले. शिवाप्पा हडबडला. पुन्हा एकदा सगळे एकत्र आले; पण का? शेतकरी फुटले. त्यांनी जमिनीला जमीन - तीही तीस किलोमीटर दूरवर मान्य केली. शिवाप्पाला मार्ग उरला नाही. त्याने पैसे घेण्याचा निर्णय घेतला.

कामाच्या सुरुवातीला त्याचा गोठा अर्धा अधिक पाडला गेला. गोठा पाडला जात असताना सोबाम्मा रडत होती. दोघांचा जीव तळतळत होता. नाल्यातून पाणी डोक्यावर आणण्यापासून मातीच्या भेल्या करण्यापर्यंत जीव ओतून जनावरांच्या डोक्यावर सावली करावी म्हणून ते झटले होते. माणूसहीन, दयाहीन यंत्रांनी गोठा पाडण्याचं काम अर्ध्या तासात उरकलं होतं. गुरं झाडाखाली आली. समोरचं

झाडंही तोडलं तसं त्यांना तात्पुरतं बल्ले घेऊन छप्पर करणं भाग पडलं. अर्थात ते पुरेसं नव्हतंच. पैसा आल्यावर व्यवस्था करण्याचं शिवाप्पाने ठरवलं; पण पैशाची वाट पाहत असतानाच बातमी आली की, शेठजींनी कोर्टात केस टाकली. पेमेंट थांबलंय.

शिवाप्पाच्या शहराच्या चकरा सुरू झाल्या.

ही त्याची बारावी चक्कर होती.

ऑफिसच्च्या रूक्ष परिसरात तो नेहमीसारखा, नेहमीच्या झाडाचं मूळ वर आलेल्या उंचवट्यावर बूड टेकून बसला. मनात आशा ठेवून!

माने दिसताच तो उठला.

विटकी विजार, रबरी सपाता, कॉलर फाटलेला शर्ट, काळा भुरा चेहरा मानेंनी लांबूनच टिपला. ते रोज अशा शेकडो पीडितांना, भूधारकांना भेटत होते. सरळ साध्या, प्रामाणिक शिवाप्पाबद्दल त्यांना कणव वाटत होती. जवळ येताच ते म्हणाले, "आता काय शिवाप्पा? परवाच येऊन गेलास. उगाच खर्च का करतोस? सरकारी कामं इतक्या लवकर लवकर होतात का? बिल निघालं असतं; पण बिरजूशेठमुळे अडलंय सगळं. त्यांचं घर जातंय वाटतं."

शिवाप्पा बोलला नाही. चेहरा तसाच काळजीग्रस्त आणि उदास.

"साहेब, तिकडं चलता का पाच मिनिटं. चहा घेऊ. मला काही बोलायचंय."

"माझ्या तिथं बोलू ऑफिसात, चल" माने म्हणाले.

तो घुटमळला. म्हणाला,

"तिथं कसं जमायचं? इकडंच चला."

मानेंनी आढेवेढे घेतले. आजकाल 'चारीभुरी' देऊन पाहायची वृतीही ते पाहत होते.

शिवाप्पाच्या चेहऱ्यावरची काकुळती त्यांनी जाणली. चिंतेनं शिवाप्पाचा चेहरा काळा झालेला. डोळे खोल गेलेले. गळघाटी उंच. डोळ्यांभोवती सुरकुत्या.

तापलेल्या पत्र्यांखालच्या टपरीत एका कडेच्या बाकड्यावर ते बसले. ओल्या टेबलावर माशा घोंगावत होत्या. चहा, भज्यांचा, तळणाचा संमिश्र वास येत होता. त्याने पाण्याची कळकट बाटली

ठेवली तिकडे पाहत माने म्हणाले,

"अरे, त्या बाटल्या एकदाच वापराव्यात. तसं लिहिलंय त्याच्यावर. पुनःपुन्हा वापरू नयेत. तब्येतीला घातक असतात."

तो उदास हसला. डोळ्यांतलं पाणी मागे लोटत विषण्णपणे म्हणाला, "अशा कितीक गोष्टी आमाला गरिबाला चालतात. आम्ही पन असेच आहोत. कशे बी वापरा."

"बोल शिवाप्पा काय सांगतोस?"

शिवाप्पा शब्दांची जुळवाजुळव करत राहिला. शेवटी म्हणाला, "शेत सरकारनं घेतलं तवापासून माझी साडेसाती सुरू झाली. शेतच केवडं माझं! त्यात तुम्ही अर्धा एकर घेतलं. आता सध्या एक एकरात सामान पडलंय तुमचं. पेरण्या कुठं करू. कशीबशी एकरात जवारी पेरली. जनावरं हडकलीत. घास कडबा नाही. काल एक गाय गमावली. मेली..." तो उसासला. डोळ्यांत पाणी जमा झालं. "या साली पोरगं बी नापास झालं. त्याला सवलती मिळनात. वसतिगृहात बी ठेवनात."

मानेंना अशा कथांची सवय झाली होती. मनाला हुरहुर लागली तरी हात नियमात बांधलेले. त्यांना नेहमीच जाणवायचे. आपण याला मदत करू शकत नाही, या कल्पनेने ते उठू लागले. तसा शिवाप्पा कळवळून म्हणाला, "एवडं ऐका साहेब. मी लई ताणाखाली आहे. वेगळाच घोर लागलाय जिवाला. पंधरवड्याखाली सांजच्याला बिरजूशेठकडचा दिवानजी आला. मला समजना ह्यो का आला. इकडचं तिकडचं बोलला. म्हनला जमीनच कितीक उरली? हिच्यात काय पिकणार? पोट भरलं पायजे. विकून टाक. चांगला पैसा येईल. दुसरीकडं जमीन घे. मी नाई म्हनलं. बापजाद्यांची जमीन विकायचं पाप मला नको म्हनालो. तवापासून दिवसाआड चक्कर टाकाय लागला. तसा मी चरकलो. माझ्या म्हाताऱ्या मामाला सांगितलं. तर तो म्हणाला की, त्याच्याकडं बी दिवानजी गेलता. आनी जमीन शेठजीला विका म्हणून मागं लागला होता. माझ्या डोक्यात लख्खं झालं. माझा दोस्त म्हनला होता की, शेठजीला हायवेला लागून पेट्रोल पंप आन हाटेल टाकायचंय. गावाजवळ जागा पायजे. मग म्या दिवानजीला बोलो तर लोचटासारखा 'जमिनीचे तीन लाख रुपये देतो' म्हनाया लागला."

मानेंचे डोळे विस्फारले. ते शिवाप्पाच्या गालफडं बसलेल्या चेहऱ्याकडे

पाहत राहिले. त्यांना सरकारची नवीन स्कीम माहिती होती. परदेशी असतात तसे गॅस कनेक्शन तयार करण्यासाठी सबसिडी पण होती; पण खेड्यातल्या बिरजूसारख्याला या योजना कळून त्याने त्यातून शिवाप्पासारख्याला अन्नाला मोताद करावं याचा त्यांना राग आला. शिवाप्पाला त्वरित मार्ग दाखवण्याची इच्छा झाली. त्याची कणव आली. ते म्हणाले,

"पण तुला तर जमीन विकायची नाहीये ना? बळजबरी थोडीच आहे."

"नाही ना; पण याच्या चकरा चालूच हायेत. मागच्या हप्त्यात पाव्हणा गमावला म्हणून गावाकडं गेलतो तर चार गुंड आले. सोबा एकलीच होती. जमीन सोड म्हनून धमकावून गेले."

शिवाप्पाची काळजी स्पष्ट होती.

"तू पोलिसांकडे जायचं."

"गेलतो, ते तक्रार लिवून घेत न्हाइत. पार रस्त्यावर येईल. डोक्यावरचं छत आणि पोटाचं अन्न काढून घ्यायला निघालेत."

तो चिंताग्रस्त आणि रडवेला झाला.

"दोन दिवसा पहिले पुन्हा आले. कालबी आले." त्याने बाह्या वर केल्या. हात दाखवले. पाठ दाखवली. माराचे वळ होते. "घर आन् जमीन नाय सोडली तर दोघाला मारून टाकू म्हनाले. आत्ता एवढं मारलंय. जीव प्यारा असंल तर जमीन सोड म्हनाले." शिवाप्पा रडायला लागला.

त्याला आठवला तो चार गुंडांचा थयथयाट.

त्याला बुकलून काढून मारून त्यांनी कोपऱ्यात बांधला. सोबाम्माला बळाने धरलं. दोघंही ओरडत होती. रात्रीच्या शांततेत त्यांचं रडणं, ओरडणं कुणाला ऐकू गेलं नाही. डबराच्या ढिगापलीकडून गाड्यांची ये-जा होती. त्या गुंडांनी सोबाम्माच्या तोंडावर हात दाबून धरला होता. एकीकडे तिला ढकलत होते. तिच्या अंगाला जागोजागी हात लावत होते. एकाने तिच्या अंगठ्याला शाई लावली. बळजबरीने कोऱ्या कागदावर अंगठा घेतला. दुसरा म्हणाला की, जमीन तिच्या नावावर नसेल. पहिला म्होरक्या थुंकला. म्हणाला, 'शेठ चांगला पैका मोजत होता. भाड्या, ऐकायचं दिलं सोडून. माजला का रे तू? पैशाला

न्हाई म्हनतो. जेमीन काय उरावर घेऊन जाणार होय? आपली औकाद ओळखायला पाहिजेल का नको भडव्या, जा मर जा.'' म्हणत त्यांनी शिवाप्पाला लाथा घातल्या. वेदनेने तो कळवळला; पण त्यांच्या उग्र अवतारानं भयभीत झाला होता. रात्रभर डोळ्याला डोळा लागला नाही. दोघंही रात्रभर बसून राहिले. छोट्याशा आवाजाने घाबरत राहिले.

शिवाप्पाला आठवणीने शहारल्यासारखं झालं. तो म्हणाला, ''पहाटे पहाटेच निघालो. सोबाला आत्याकडं सोडलं अन् थेट तुमच्याकडे आलो. तुमी कसं बी करून पैशे द्या. तो बिरजू तर कागदावर सहीसाठी मानेवर टाच ठेवून बसलाय. काय करावं कळना. चिपाड बसलोय.''

दोघंही गप्प होते.

हतबल.

समोर चहाच्या कपावर माशा घोंगावत होत्या.

मळकी, मोकळी प्लॅस्टिकची बाटली पुनःपुन्हा वापरलेली.

दीडएक वर्षांनी मानेंनी फोटोसहित बातमी पाहिली.

'नव्या हायवेवर मुख्य मंत्र्यांच्या हस्ते परदेशाच्या धर्तीवर पेट्रोल पंप व मोठ्या मोटेलचं उद्घाटन!'

बातमीमागचा अंधारही.

■

# वास्तव

**ही एक सत्यकथा** आहे. कथेतील पात्रं खरी कोण आहेत, हे कुठं घडलं यात अडकण्याचं कारण नाही. कारण आहे ते स्वतःकडे पाहण्याचं.

महादेवराव हे शिक्षक. सरकारी नोकरीत अनेक खेड्यांमध्ये त्यांच्या बदल्या झाल्या. मुलांची शिक्षणं आणि बायकोला स्थिरता वाटावी म्हणून त्यांनी शहरात घर करायचं ठरवलं. दोन मुलं आणि बायको शहरात आणि वडील एकटे शेतीच्या गावी. त्यांची तारांबळ चाले. सुटीचे दिवस विभागले जात. कधीकधी ज्या खेड्यात त्यांची नियुक्ती असे तिथे एसटीही जात नसे. मग दोन-तीन किलोमीटर चालून बस गाठावी लागे; पण तक्रार करण्याचा त्यांचा स्वभाव नव्हता; त्यामुळे इतरांच्या कुरकुरीही ते सोशीकपणे सहन करत. जमेल तसे त्यांचे समाधान करत. मध्ये वडील वारले. थोडी शेती होती ती वडिलांना सांभाळणाऱ्या चुलत भावाने घेऊन टाकली. घरात मोठा वाद झाला. महादेवरावांच्या भंगड, भोळ्या स्वभावाबद्दल त्यांच्या बायकोने आणि कॉलेजात जाणाऱ्या मुलांनी त्यांना अक्षरशः शाब्दिक बदडून काढलं. त्यांना स्वतःला मात्र थोडं हायसं वाटलं. काही झालं तरी वडिलांच्या गावी जाण्याचा प्रवास टळला.

सगळं तसं सुरळीत चाललेलं असतानाच त्यांना हातापायाला मुंग्या यायला लागल्या. आपल्याला रक्तदाबाचा विकार सुरू झालाय त्याचाच हा परिणाम असेल असं वाटून त्यांनी आजार अंगावर काढला; पण बोटांना बधिरपणा यायला लागल्यावर ते घाबरले. डॉक्टरांकडे गेले तर त्यांच्या बोटांवर, हातापायांवर पांढुरके चट्टे त्यांनी महादेवरावांच्या नजरेस आणून दिले. तिथे बधिरपणा असल्याचं निदर्शनास येताच काळजीने त्यांनी त्वचारोगतज्ज्ञाकडे जायचा सल्ला दिला. तसे ते गेलेही आणि डॉक्टरांनी त्यांना कुष्ठरोग आहे, असं सांगितलं. त्यांना कुष्ठधामाचे पत्ते दिले. संस्थांची नावे दिली. तिथे त्यांनी जावं असं समजावलं होतं. हे ऐकून महादेवराव हादरले. जे कळलं त्यामुळे भूकंपाने जमीन हादरावी तसे ते हादरले होते. आपल्या आख्ख्या घराण्यात कुणाला कुष्ठरोग नव्हता, तो आपल्याला कसा झाला?

आता घराचं भवितव्य काय? मुलांची लग्नं कशी होणार? बायकोचं काय? आपलं शिक्षण, आपली नोकरी आपण केलेले कष्ट- सगळं एका क्षणात बाजूला फेकलं जाणार? ते दीनवाणे झाले. बंद दारामागे ढसढसून रडले. पहिल्या काही दिवसांत ना ते विषय काढायचे ना घरातले आणि रोगाचं नावही घ्यायचे नाहीत. नुसता विचार मनात आला तरी त्यांचे डोळे भरून यायचे.

कुष्ठरोगपीडित माणसं कशी ओढणाऱ्या गाडीवर बसतात, तसं आपण बसलोय आणि बायको ते फळकूट ओढतीय, असं चित्रं त्यांचा पिच्छा सोडत नव्हतं. सारखं हातापायांची बोटं व नाकाचा शेंडा चाचपण्याचा आणि पाहण्याचा नाद लागल्यासारखं त्यांना झालं.

इलाज सुरू झाला. रजा वाढल्या. इलाजाला उशीर झालाय, असं डॉक्टर सांगू लागले. बायको-पोरं गुळणी धरून बसले. वर्षात रोगाने धरलेल्या जोमाने बोटं खुरटायला लागली. नातेवाइकांत कुजबुज वाढली. घर वाळीत टाकल्यासारखं झालं. त्यांच्या सासरचे आले. घाईने मुलांनी आणि सासरच्यांनी पेन्शनला बायकोचं नाव लावलं. दुखणं वाढलं. चकचकीत चेहऱ्यावर नाकाचा शेंडा बसला, तेव्हा मुलांनी त्यांना डॉक्टरांनी दिलेल्या पत्त्यापैकी एका पत्त्यावर नेऊन सोडलं. घरातल्या बंद खोलीपेक्षा त्यांनाही इतर लोक आपल्यासारखेच आहेत याने दिलासा मिळाला. मनातलं चोरटेपण आणि अपराधीपणही बाजूला सरकलं.

एक-दोन महिन्यांत हा शिकलेला माणूस कुष्ठधामातल्या मुलांना शिकवू शकेल आणि हिशेबही पाहू शकेल असं वाटून त्यांना ऑफिसात काम दिलं गेलं. पत्रव्यवहारही सोपवला. या काळात ना घरच्यांनी विचारपूस केली ना कोणी भेटीला आले. एक-दोनदा बायको येऊन गेली इतकंच. घरचे लोक एकांतात रडवण्यापुरतेच सोबती झाले. संताप, असहायता जाणवून देणारी आपली म्हटलेली माणसं.

तीन-चार वर्षं बरी गेली.

कुष्ठधाम लोकांच्या दातृत्वावर आणि सरकारी अनुदानावर चालत होतं. चालक सत्शील होते; पण काही नतद्रष्टांना ते पटत नव्हतं. एका वर्षी कुष्ठधामाच्या ऑडिटमध्ये आक्षेपार्ह गोष्टी काढल्या गेल्या. मुख्य चालकाच्या बदनामीचा वाईट लोकांचा हेतू साध्य झाला. त्या वयोवृद्ध

चालकाला आयुष्यभराच्या सेवेचं हे फलित पचलं नाही. त्यांचा रस संपला. तिथे राहणाऱ्यांना इतरत्र सोय करा, असं सांगितलं गेलं. आपली कुरूपता लपवत सुरक्षित राहिलेले रुग्ण सैरभैर झाले. महादेवरावांना तर परत जायला घर नव्हतंच.

मग नवं गाव. नवा कुष्ठधाम. वाढलेला रोग. या कुष्ठधामात रोग्यांची संख्याही खूप होती. सोई कमी होत्या. महादेवरावांना त्यांच्या आधीच्या माहितीवरून मुलांना शिकवायचं आणि कार्यालयात कारकुनी करण्याचं काम मिळालं. हिशेब लिहिताना संस्थेला भरपूर अनुदान मिळतंय, हेही त्यांच्या लक्षात आलं होतं; पण पैसा गायब होत होता. नोकर उद्धट आणि आळशी होते, मरणाऱ्याला पाणी देणार नाहीत असे. रोग्यांना कपडे, पुस्तकं अशा सोई पुरवण्यासाठी लोक उत्सुक होते; पण चालकाला पैसा पाहिजे होता. मुख्य म्हणजे बऱ्या कुटुंबातले पैसे भरून राहणारेही होते. त्यांचे नातेवाईक भेटायला येत. त्यांच्यासाठी गरजेच्या, आवडीच्या वस्तू आणत; पण अशांची संख्या कमी. लोक कुष्ठधाम पाहायला येत. पिंजऱ्यातले प्राणी पाहावेत त्या उत्सुकतेने, चेहऱ्यावरची किळस लपवत. काही दयावान एकवेळचं जेवण किंवा नाश्ता देत असत. घरी श्राद्धपक्ष न करता ते जेवण या लोकांना देत. त्या वेळी दात्यासारखे उभे राहत. त्या पंक्तीला सगळ्यांना बसावं लागे. बऱ्याचजणांना ते एखाद्या भिकाऱ्यासारखं वाटे; पण डोळ्यांतल्या पाण्याबरोबर ते गिळून टाकत. कार्यालयातल्या लोकांना महादेवरावांसारखा माणूस तिथे नको होता. त्यांना आडूनआडून, काड्या करून त्रास द्यायचा, अपमान करायचा उद्योग चालू होता. संस्थाचालकाच्या कानी लागून त्यांच्याबद्दल कागाळ्या करणंही चालू होतं. एकदा दुसरीकडे संस्था चालवणारे एकजण कुष्ठधाम पाहायला आलेले असताना ऑफिसमधल्यांनी कुभांड रचून महादेवरावांवर आरोप ठेवले. स्वतः निर्दोष आहे हे सांगताना ते केविलवाणे होऊन रडू लागले. संस्थाचालक नेमके पाहुण्यांसह त्याच वेळी तिथे पोहोचले. त्यांना हा प्रकार असह्य झाला. महादेवरावांना त्यांनी काढून टाकलं. गयावया करूनही त्यांना कुणी दया दाखवली नाही. भरदुपारी उन्हात आश्रमाच्या दाराशी ते एखाद्या शिक्षा दिलेल्या आरोपीसारखे उभे राहिले. जायला जागा नव्हती, सगळे दरवाजे बंद झाले होते.

ते पाहुणे गाडीतून परतताना त्यांनी वाटेवर उभ्या महादेवरावांना पाहिलं. 'आमच्या नात्यातल्यांचा वृद्धाश्रम आहे. नवा आहे. तिथे चला. कारकून म्हणून इथे काम करताय ते तिथे करा.' या सूचनेवर महादेवरावांनी लगेच होकार भरला. पर्याय कुठे होता?

आणखी दुसरं शहर.

तो वृद्धाश्रम गावापासून तीन-साडेतीन किलोमीटर लांब, रेल्वेलाइनच्या पलीकडे होता. तिथे जायला पायवाट होती. गाडीवाट होती; पण बांधलेला रस्ता नव्हता. चार खोल्यांची पत्रे टाकलेली इमारत. चालक कुणा नेत्याच्या नात्यातले. एक स्वयंपाकघर. एक अरुंद बोळासारखी खोली. एक हॉल बायकांसाठी. एक पुरुषांसाठी. बाजूला संडास, बाथरूमसाठी चार पायऱ्या खाली उतराव्या लागत. पुन्हा सहा पायऱ्या वर चढून जाव्या लागत. मागच्या बाजूला बायकांसाठी तशीच सोय. पाण्यासाठी हापसा.

महादेवराव कुष्ठरोगी असल्याने कारकुनासाठी ऑफिस या नावाखाली ती अरुंद बोळाची खोली दिली गेली. ते तिथे राहत. सगळ्यांच्या शेवटी अंघोळ करत. शक्यतो आपण बरं ही वृत्ती. तरीही चालिकाबाईंना त्यांच्याबद्दल सहानुभूती वाटत नव्हती. बाईंच्या मनात कुणासाठीच करुणा नाही, हे त्यांच्या लक्षात आलं होतं. तरीही बाहेरून भेट द्यायला येणाऱ्यांसमोर किंवा त्या भेटीला लोक घेऊन येत त्या वेळी माया आणि प्रेमाचं अभूतपूर्व दर्शन त्या घडवीत असत.

एक-दीड वर्ष असं गेलं. महादेवरावांच्या हातापायांची बोटं झडली, विशेषतः पायाची. त्यांना संवेदनाही जाणवत नसत. थोटक्या बोटांत पेन धरून लिहिणं मात्रं त्यांनी जमवलं होतं.

पावसाळा सुरू झाला. या वेळी पावसाळा जोरात होता. त्यांच्या भागात पावसाचं प्रमाणही चांगलं होतं. वाटा बंद. चिखल खूप. गावाशी संपर्क तुटल्यासारखा. एक नोकर येई. तो मीठमिरची-भाजी आणे. पावसाचा जोर वाढू लागला आणि तो दिवस-रात्रीचा पाहुणा झाला तेव्हा आत राहणारे म्हातारे पुरुष-स्त्रिया एक एक करत पसरले गेले. महादेवराव आणि नोकर एवढेच उरले. एकदा गावात गेलेला नोकर परतलाच नाही. सर्वत्र अंधार. खायला नाही. पावसाची ओल. यात महादेवराव कशाला तरी ठेचकाळून पडले. बेशुद्ध झाले. किती

वेळ ते त्यांनाही माहिती नाही आणि कधी शुद्धीवर आले तेही. ते उठू शकत नव्हते. जागेवर पडून राहण्याशिवाय पर्याय नव्हता. कितीही ओरडले असते तरी आजूबाजूला कुणी नाही, सभोवती पावसाचं पाणीच असणार याची त्यांना कल्पना होती.

पावसाने उघडीप दिल्यावर नोकर परतला. समोरचं दृश्य पाहून हबकून गेला. महादेवरावांचा एक पाय उंदरांनी कुरतडून खाल्ला होता. मांस दिसत होतं. एका जागी हाडसुद्धा. बाजूला बारीक मांसाचे तुकडे. महादेवराव रडले होते. देवाची करुणा भाकली होती. ग्लानीत पडलेले होते.

नोकर धावत गावात गेला. चालकांना सांगून त्यांचीच जीप घेऊन डॉक्टरांना त्वरेने येण्याची विनंती करून परतला. डॉक्टर आले.

प्राण्यांनाही ठेवू नये अशी ती जागा न्याहाळत त्यांनी पेशंट तपासला. त्याच जीपमध्ये त्यांना घालून हॉस्पिटलला आले. पुढच्या गोष्टी भराभर कराव्या लागल्या. पायाची स्थिती इतकी वाईट होती की, पाय गुडघ्यापासून कापणं आवश्यक होतं. चालिका या प्रकाराने अत्यंत अस्वस्थ झालेल्या. महादेवरावांना वृद्धाश्रमात आणल्याबद्दल त्यांनी सगळ्यांसमोर मेहुण्याची हजेरी घेतली. त्यांच्या नातेवाइकांना त्वरित बोलावून घेऊन ही ब्याद घालवायलाही बजावलं.

डॉक्टरांना ऑपरेशन करणं भाग होतं. पैसे कोण देणार हाही प्रश्न होता; पण त्यांनी शस्त्रक्रिया केली.

जनरल वॉर्डात महादेवरावांना एखाद्या जातीबाहेरच्या माणसासारखं वागवलं जात होतं.

पाऊस चालू असताना पाय खाल्ला तसं उंदरांनी हृदय खाल्लं असतं, कवटी कोरून मेंदू खाऊन टाकला असता तर बरं झालं असतं असं त्यांना वाटलं.

बायको आली. चार दिवस थांबून परत गेली. एकदाही त्यांना 'तुम्ही कसे आहात,' विचारलं नाही ना हात लावला. मुलगा येऊन तासभर थांबून खोटा फोन नंबर देऊन गेला.

एखाद्या लूत भरलेल्या कुत्र्यासारखं महादेवराव वाट पाहत थांबले,
नव्या जागेची,
नव्या जागेवरच्या नव्या मरणाची...

**मनाला पीळ बसतो** तो थेट छातीतून घशापर्यंत तीव्रतेने जाणवतोय. घशाजवळ आकाश कोंदून आल्यासारखा व्यापतोय. दुःखाची कळ. तो दुःखाग्नी आहे. शरीर जळतंय त्यात. शरीर जळून कोळसा होत नाही. तसं झालं तर एकदाचं संपेल सगळं; पण हे मांस कापणारे चटके आहेत.

तिला वाटलं, आपल्याला जे जाणवतंय त्याला दुःख म्हणता यायचं नाही. कारण दुःख फारच समावेशक संकल्पना आहे. टोकदारपणा हरवून बसलेली. त्यापेक्षा कितीतरी जास्त म्हणजे मनाला वाटणाऱ्या भावनेपेक्षा जास्त हे दुःख सर्व शरीर समावेशक आहे. हा माझ्या आईपणाचा, मायेचा, गर्भाशयाचा अपमान आहे.

'तू येऊ नकोस सध्या.'

सावलीचा दाह

असं तो म्हणाला. सहज म्हणाल्यासारखा पण शब्दावर वजन देत फक्त तिलाच अर्थ कळेल अशा पद्धतीने. अकल्पित कुणीतरी कड्यावरून ढकलून दिलंय खोल खाईत असं तिला झालं. तो काय बोलतोय हे कळायलाही वेळ लागला. एरवी त्याच्या बोलण्याची तिला सवय होती. ती जेव्हा म्हणे की, मी या तारखेला या वारी येते तेव्हा त्याचा स्वर कधी उत्साही, कधी नैसर्गिक, कधी कंटाळवाणा असे. तो तिच्या परिचयाचा होता; पण आता तो जे तुटक बोलला तो स्वर तिला माहिती नव्हता आणि ते शब्द तर तापल्या ज्वाळांचा भडका झाल्यासारखे भाजून काढणारे होते.

इतर दोन नातेवाइकांबरोबर ती आली होती. त्यांच्यासमोर तर हा तुटक, त्रस्त स्वर तिला ठेचून गेला. त्या दोघांनी एकमेकांकडे सहेतुक पाहिल्याचं तिच्या नजरेतून सुटलं नाही. त्यांनाही हे आश्चर्यच होतं.

पण त्या क्षणी हा घाव पचवणं त्या सहेतुकपेक्षाही क्लेशकारक होतं. साक्षात आईला 'तू येऊ नकोस' हे सांगणाऱ्या आपल्या निर्मम चेहऱ्याच्या मुलाकडे तिने फाटल्या डोळ्यांनी पाहिलं. इतक्या वेगाने डोळ्यांत सागर उसळला की, हे थोपवावं कसं तिला कळेना. मान खाली घालून तिनं चेहरा बाजूला वळवला. एक तीव्र कळ छातीत उठली. ती हाताने दाबली तरी जोर सोडेना. मग इतर दोघांनी दुसरा

विषय काढायचा प्रयत्न केला.

बसल्या जागेवरून ती तिरमिरीत उठली. डोक्यात एक मोठा वादळी घोंघाव उठला. उगीच पदर सारखा करत, चेहऱ्यावरून हात फिरवत तिने तो अपमान पुसून काढायचा यत्न केला.

"येते मी." उठतानाचं बळ तिच्या पायात नव्हतं. लकवा मारल्यासारखं बळ सरलं होतं. ती पडली नाही. मोडल्यासारखी उभी राहिली.

"लगेच कशाला निघालीस?" मुलगा तिरसटून चिरक्या आवाजात म्हणाला.

त्याचा हा चिरका उंच स्वर तिला त्याच्या लहानपणापासून परिचित होता. एकत्र कुटुंब होतं. खायची वस्तू संपायची, तेव्हा रिकाम्या लाडवांच्या डब्यापाशी उभा राहिल्यावर त्याला रडू कोसळायचं; पण ती वस्तू तो मागायचा नाही. उलट कुठलं तरी वेगळंच कारण काढून तो अशाच चिरक्या शब्दांत विचारायचा,

'माझा सदरा कुठंय?'

डोळ्यांत येणारं पाणी आणि डोक्यातला राग त्याच्या लहानग्या चेहऱ्यावर यायचा, तेव्हा जीवाची घालमेल व्हायची आपल्या! कुठेतरी वाटीत लपवून ठेवलेला लाडू ती हलकेच पुढे करायची. त्याच्या ओल्या गालावर हसू उमलायचं. रागाचं मूळ कारण न सांगता इतर कारण काढून प्रश्न विचारायची त्याची सवय तिला माहिती होती.

'विसरला हा.' तिला वाटलं. त्याच्या आवाजातले चढउतार, त्याच्या चेहऱ्यावरच्या आनंदाच्या, खट्टू झाल्याच्या, हिरमुसलेपणाच्या रेषा तिला वाचता येत होत्या. आपण त्याला वाचू शकतो, तेही एका नजरेत, हे सत्य कायमस्वरूपी आहे, असं तिला वाटायचं.

'मग आजच का नाही वाचता येत?'

"बसा ना. थोड्या वेळानं जा. अंजूवन्सकडे तर जायचंय." सून मानभावीपणाने म्हणाली.

हा वरवरचा आग्रह तीव्र शस्त्रासारखा तिच्या मनात घुसला. डोकं सणकलं.

मानभावी फालतू कार्टी. पोरानं शेण खाल्लं म्हणून या घरात आली. नाहीतर उंबऱ्याबाहेर उभी करणाऱ्या लायकीची नव्हती! पण लग्न झालं दोघांचं तेव्हा खरोखर पदरी घेतलं हिला. तेव्हापासून तिचं

रूप, कुळ कशाकडे लक्ष न देण्याचं ठरवलं आणि त्या दोघांनीही, नवऱ्याने-वसंतरावांनीच समजूत घातली होती. त्याच्या आवडीचा विचार कर म्हणाले. तीसुद्धा उठता बसता हेच शब्द मनाला बजावत राहिली. निग्रहाने हिच्याबद्दल वाईट नाहीच बोलायचं हे ठरवून टाकलं. ते पाळलंही.

अर्थात ही नापसंती कुणाच्या लक्षात आली नाही, अगदी जवळच्यांच्याही. इतर बायका सुनेसंबंधी अनुभव सांगायच्या तेव्हाही इच्छा झाली नाही. ती स्वतःला सांगायची, ही सामाजिक गृहीतं आहेत सगळी. त्या नजरेतूनच सगळे अनुभव पाहिले जातात. खरंतर मुलगा सुखात राहावा, हीच इच्छा. एरवी बाई म्हणून मनाला मुरड तर कायमच घालत आले की!

शेवटी तिला या नापसंतीच्या घुसमटीवर उपाय सापडलाच. कागाळी करण्याऐवजी स्तुती करायची. हा पथ्यावर पडला. लोकही 'हिला फारच गुणी, समजूतदार मुलगी मिळाली हो' म्हटल्याचं कानावर यायला लागलं. उलटा परिणाम असा की, सून स्वतःला खरोखरच आज्ञाधारी, सुगरण, सुगृहिणी समजायला लागली. मुलीला मिळणारा अमाप पैसा आणि ही स्तुती त्याने हिचा तर तोराच वाढला. आता इतका वाढला की, मला अंजूकडे जायला सुचवतेय! एक का वाटत नसेल या मुलींना की, त्यांच्या स्वतःच्या आईशी हिचा भाऊ असा वागला तर?


मनात येणाऱ्या प्रत्येक शब्दाबरोबर ती उफाळून उठत होती. त्या झोताबरोबरच भूतकाळाची राख उडत होती. भूतकाळ खरोखर जाळून टाकला का? तिला वाटलं, मी नष्ट केला तरी याच्याकडूनही नष्ट होईला का? कसा संपवेल तो? इतके अनुभव घेतले. त्या दर अनुभवाच्या आठवाबरोबर वाटायचं आपण भळभळून रक्ताळतोय. हे चंदनाचं उगाळणं नव्हे. काळाचा उगाळ आहे. याला तरी आपले कष्ट स्मरायला पाहिजेत.

रोज सकाळी जेवण करून, दहाला शाळेत जायचा. तीनला परत यायचा, तेव्हा सकाळची कामं उरकत उरकत तिची जेवायची वेळ व्हायची. घरात सगळ्यांची जेवणं झालेली असायची. दुपारची वामकुक्षी

म्हणून ढाराढूर झोपलेले. हा भुकेजला असेल असं वाटून ती अर्ध्या जेवणातून, ताट तसंच ठेवून उठायची. त्याला खायला करायची. त्याच्यासाठीची ही धडपड त्याला आठवत नसेल?

आठवणी तिच्या डोळ्यांतल्या पाण्यात डुचमळत असताना मुलगा बायकोला तुटकपणे म्हणाला,

"कॉफी टाक चटकन. या दोघांना जायचंय. त्यांची बस आहे."

ते दोघे गप्प होते. बसला अजून चार तास बाकी होते. आपल्या मुलीकडे या लेकाचं स्वागत नीट झालं नाही तर नातेवाइकांत उगाच चर्चा नको म्हणून ती म्हणाली,

"काही पोहे-बिहे कर गं."

सुनेने रागाने तिच्याकडे पाहिलं. तिच्या कपाळावरच्या आठ्या स्पष्ट दिसत होत्या. म्हणाली,

"यांना आधीच बरं नाहीये. रात्रभर जागरणं चाललीत. दिवसा डॉक्टरच्या भेटी आणि तपासण्या."

तिला तोडत मुलगा ताडकन म्हणाला,

"हे लोक नात्यातले आहेत आपल्या. ते काय आज ओळखताहेत का आपल्याला? त्यांचा काही गैरसमज होणार नाही. नेहमी तर खाणी-पिणी चालतातच. पूर्वी पुष्कळ केलंय आपण. ते काही वाटून घेणार नाहीत. हो ना हो?"

आश्चर्यचकित नातेवाइकांनी मुकाट मान हलवली.

ती दुखावली. खोल आत.

थोडं आतिथ्य केलं तर कुठं बिघडतं? आणि आई-वडिलांनी लोकांचं केलेलं यानंच केलं, असं कसं? शिवाय ज्यांनी केलं त्याचा उल्लेख नाही. उलट ते त्याने स्वतःच केलं, असं क्रेडिट कसं घेतो?

"कुणी कुणाचं नसतं. ज्याचं त्यालाच सहन करावं लागतं. इतका त्रास होतोय यांना पण एकजण काही खायला करून घेऊन येईल, तर शपथ. अहो, बदल होईल खाण्यात म्हणून तरी? पण नाही. अंजूवन्संना लहान मुलं आहेत. शिवाय विधवा सासू, त्या करू शकत नाहीत."

हे म्हणताना सून आवाजात जास्तीतजास्त कारुण्य आणण्याचा प्रयत्न करत होती. सून पुढे म्हणाली, "आणि आता तर त्याही इथेच

आल्यात.''

सुनेने असा उल्लेख करावा? 'त्याही?'

तिला आठवलं, गेल्या कित्येक महिन्यांत मुलाने तिला 'आई' म्हणून हाकही मारली नव्हती. कामावरून आला की, थेट जिथे सून असेल तिथे जायचा. तिच्या अंगावरून जायचा. तिच्या अस्तित्वाची दखलही घ्यायचा नाही. तिने काही विचारण्याचा प्रयत्न केला तरी तो अनुत्तरित असायचा.

मुलगा यायच्या वेळी सून हटकून स्वयंपाकघरात असायची. तो नोकरीवर गेला की काहीतरी आणण्याच्या निमित्ताने बाहेर जायची. जाताना 'तुम्ही जेवून घ्या, मला उशीर होईल' असं ठासून सांगायची वर 'अन्न गरम करून घ्या' अशी मायाळू सूचनाही करायची.

थंड अन्न ती एकटी चिवडायची.

आल्यापासून त्याने 'तू कशी आहेस? तब्येत बरी आहे का?' असंही विचारलं नव्हतं. हे तिला नंतर आठवत राहायचं.

का येतो आपण याच्याकडे? लोक म्हणतात, तुम्ही मुलाकडे जात नाही की तो तुम्हाला नेत नाही? की दोघांच्याही सामाजिक प्रतिष्ठेचा प्रश्न आहे म्हणून आपण इथं येतो? आई म्हणून आपली कर्तव्ये आपण पार पाडावीत म्हणून येतो? ही कर्तव्ये ठरवली कुणी? आपणच या आईपणात किती दिवस राहायचं? की म्हातारपणाच्या विकलांग जर्जरतेला आपलं दुसरं कोण करेल, या भीतीने आपण येतो? जन्म दिला. वाढवलं. शिकवलं. संस्कार केले असं वाटायचं. ते आता संपलंय. म्हणजे नैसर्गिक प्रजोत्पादन आणि संवर्धन आपण केलंय की! शिवाय 'माणूस' म्हणून त्याला उभं करण्याचं काम पार पडलं. हे माणूसपण हा विसरतोय का? पशू-पक्षी यांना संस्कार करण्याचं, शिकवण्याचं काम नाही दिलेलं. तसं केलं असतं माणसाचं तर फारसं बिघडलं नसतं.

किती दिवस निभवायचं हे? किती दिवस बाई, आई, पत्नी या आवरणाखाली जगायचं? कधीतरी 'मी' म्हणून मी जगू शकेन? 'मला' काय आवडतं. काय खावंसं वाटतं, कुठं जावंसं वाटतं, कुणाबरोबर राहावंसं वाटतं, याचा विचार कुणी करणार नाही का? इतरांच्याच महत्त्वाकांक्षांचा विचार आपण करत राहणार? त्यांच्या

भावनांची एखाद्या बैलाच्या मानेवरचं जोखड असल्यासारखं? एखाद्या यंत्रासारखं? तेच तेच. हुकमी ऊर्जा आणि हुकमी ठरवून दिलेलं काम. नाती सांभाळत बसायची शिक्षा.

कधीकधी या विचाराने तिचा कामातला हात थांबायचा. कदाचित आपल्या मुलालाही हे आई-मुलाचं नातं सांभाळायचा कंटाळा आला असेल. पिढ्यान्‌पिढ्या आईची महती गाण्याचा किंवा ऐकण्याचाही कंटाळा आला असेल? व्हॉट्स-ॲपवर येणाऱ्या मातृप्रेमाच्या कथांचं हसू येत असेल? त्यालाही श्रावणबाळाच्या भूमिकेचा तसं आज्ञाकारी, स्नेहल, बांधलं राहण्याचा त्रास होत असेल? मग त्यात चूक काय आहे? मी स्वातंत्र्यासाठी तळमळतेय तसा तोही असेल. असा विचार मी का करत नाही? करायचा प्रयत्न सातत्याने ठेवत नाही.

तो ठेवला तर 'तू राहायला येऊ नकोस.' या वाक्याचा डंख कमी होईल.

गेली बावीस वर्षं म्हणजे नवरा गेल्यापासून गोचिडासारखं चिकटले मुलांना. नवऱ्यालाही असंच चिकटलो होतो का? त्याच्या मृत्युनंतर कितीतरी वर्षं डोळे गाळत रडतच होतो. आताही कधीतरी पदर लावतोच डोळ्यांना. समोरच्याला भावनिक करायला बरं पडतं म्हणून? हे बळजबरीने करतो? हे ढोंग आहे? हे कळण्यात आपण गल्लत करतो, असं मुळीच नाही. वाटतं, नवऱ्यालाही त्याच्या भूमिकेचा कंटाळा आला असेल कधीतरी! आलाच होता तसा - म्हणून तर त्याची मैत्रीण आली त्याच्या आयुष्यात. आपल्याला तेव्हा कारण कळलं नाही. याच मुलांच्या डोक्यावरचं छत्र जाऊन त्यांच्या आयुष्यात उन्हाळा येईल, या कल्पनेने आपण भेदरलो. रात्ररात्र रडलो. विनवण्या केल्या. का रडलो? कुणासाठी केल्या विनवण्या? वास्तविक तो स्वतंत्र आहे. त्यालाही या ढोंगाचा कंटाळा आला असेल, असं का नाही वाटलं आपल्याला?

हजारो वर्षांची उज्ज्वल परंपरा सांगत आपण का जपतोय हे पारतंत्र्य? आपल्या कातडीसारख्या आपल्याबरोबर या संकल्पना जन्माला आल्यात. त्यातून का होत नाही अलिप्त? आधी का नाही सुचली कल्पना मला? आधी सुचली असती तर अशा अलिप्ततेने आपण सुखी झालो नसतो?

नाटक संपल्यावर पात्रं मुखवटे उतरून ठेवतात. तसं आपल्या आईपणाचा, त्याच्या नवखेपणाचा, त्याच्या मुलगेपणाचा मुखवटा थोडा वेळ बाजूला ठेवला तर बिघडतं कुठं? थोडा काळ दुसरी भूमिका केली तर काय हरकत आहे?

पण नाही वाटलं तसं. उलट मी जिवंत असताना नवऱ्याला मैत्रीण असावी आणि त्याने तिच्याबरोबरही राहावं, याचा राग आला आपल्याला. आपला सन्मान आणि स्त्रीत्वाचा अपमान केला असं वाटलं होतं?

त्यानंतर या मुलाच्या वेळी गर्भार राहिलो. ते किती अपवित्र वाटलं होतं! वास्तविक नीती-नियमांप्रमाणं होतं सगळं तरीही. तिला झालं असेल का एखादं लेकरू हा प्रश्नही फार काळ होता आपल्या मनात. हा गर्भ नको झाला होता. अन्यायाचे बळी असल्याची भावना होती. हा गर्भ मिंधा होणार, बंड करून उठणार नाही, असं वाटायचं.

याला कळलं असेल का याचं जगात येणंच आईला मान्य नव्हतं? त्यासाठी प्रयत्न केले होते? हा अभिमन्यू गर्भज्ञानी आहे का? म्हणून तर असा वागत नाही?

तेव्हा जर हा नको होता तर आता जवळ यावा, असं का वाटतं? त्याला पोटात वागवलं, जगवलं, वाढवलं यात माझं कर्तृत्व काय? हे नैसर्गिकपणे झालं तर यावर माझा अधिकार कसा? हक्क कसा? हक्क नाही, तर मागणी व्यर्थ आहे. प्रेमाची केलेली मागणी आणि परतफेडही!

मुलगा अंजूला म्हणाला होता,

'आईनं फार केलं तुझं हे सारखं मला का बजावतेस? वेगळं काय केलंय तिनं? जगातले सगळे आई-बाप आपल्या मुलासाठी जे करतात तेच केलंय? त्यासाठी वेगळं क्रेडिट का द्यायला पाहिजे? जगात आलो हा निसर्ग होता. आलोच जगात तर वाढलोच असतो. उकिरड्यावर टाकलेली पोरं नाही का वाढत? मोठा ऑफिसर नाही तर लुटारू झालो असतो. ही परतफेडीची अपेक्षा कशाला? आणि संस्कार केले ते आउटडेटेड झालेत. व्यवहारात शून्य उपयोगाचे, उलट सतत मानसिक संघर्षाला जन्म घालतात. परतफेड म्हणे. एनी लिमिट?

तिला 'लिमिट' शब्दाने जाणवलं. खरंच तो तिच्या जवळ मर्यादित काळच होता की! जन्म, बालपण, पौगंडावस्था, मग शिक्षणासाठी बाहेर, ते बाहेरच राहिला; पण तेव्हा जीव लागायचा. ओढ वाटायची.

काळजी वाटायची. हुरहुरीने रात्ररात्र झोप यायची नाही. त्याला हे सांगितलं तर तो काळजी करेल म्हणून मनात दबायची. या अनलिमिटेड-अमर्यादित भावना मला कशा कळतील? मला आलेली छातीतली कळ तरी कशी कळेल?

तरीही त्याने दिलेला आताचा डंख जाणवतोच! 'मुलगा वाढवून तुझ्या ओटीत टाकला गं सूनबाई' असं म्हणाले म्हणजे तिच्याबरोबरच जास्त काळ जाणार तिचा हे निश्चित मला माहिती होतं. म्हणजे हक्कच ठरवायचा झाला तर हिचा मोठा हक्क.

तिला चक्कर आल्यासारखं झालं. उभ्याउभ्याच ती पडायला आल्यासारखी तिरकी झाली, तशी सून धावली. खाली बसवत म्हणाली,

"पडला असतात की. तुम्ही इथं राहिला तर कसं करणार आम्ही? आम्ही दवाखान्यात खेपा घालतोय. घरी तुम्ही पडला-बिडलात तर? हाड मोडायचं. लोक आमच्या तोंडात शेण घालतील. म्हणतील, 'एवढ्या मोठ्या वयाच्या म्हातारीला एकटं कसं घरी ठेवलं?' आमची अक्कल निघेल. तुम्ही राहू शकता एकट्या, असं तुम्हाला वाटतंय; पण त्याला काय अर्थ आहे? सगळा दोष येईल आमच्यावर."

सून बडबडतच होती. मुलाला बरं नाही म्हणून आधाराला जवळ असलेलं बरं असं मुलालाच वाटत नाही. मग हिला तोंड सुटणारच! उट्टं काढल्याचं समाधान मिळतंय तिला की ब्याद या कारणाने गेली याचं?

पण सुनेच्या वाटण्याचं काही घेणं-देणं नाही मला. म्हणजे नाहीही आणि आहेही! फारच कचाट्यात सापडलोय आपण. ही चक्करही आताच का आली?

तिला वाटलं, मला स्वतःला काय पाहिजे? प्रेम? आपुलकी? आधार? पैसा? परतफेड? कष्टांची - पैशांची परतफेड? मातृत्वाची परतफेड? काय पाहिजे?

की आपल्या आयुष्याचा खूप मोठा भाग व्यापून टाकलाय याची जाणीव?

हातीपायी धड आहोत आपण. म्हातारपणाचे एक-दोन विकार आहेत; पण मरूच असं नाही. नवऱ्याची पेन्शन आहे. काटकसरीने जगलोय आजवर. कष्टाचं शरीर आहे. आजही कष्ट करू शकतो.

माणूस म्हणून जगायला एवढं पुरे!

तरी लाचारासारखं मन ओढावं?

'मनच ते. ओढणारच' आपले गुरू सांगतात त्याला आवरायलाच पाहिजे.

याच मुलाला एका परीक्षेत फार कमी मार्क पडले. पुढच्या शिक्षणाचे वांधे होतील, हे दिसायला लागलं तेव्हा ती गेली होती गुरूंकडे. त्यांनी तिला देवाचं बरंच करायला सांगितलं होतं. कडक नियम. काही नैमित्तिक. तिने स्वभावाप्रमाणे ते केलंही होतंच.

तिला आत्ता आठवलं. ते शेवटचं वाक्य.

ती कळवळून म्हणाली होती, 'मुलाला त्रास होऊ नये असं वाटतं हो.'

तेव्हा ते म्हणाले होते,

'प्रत्येक शरीरातला आत्मा हा आपलं प्रारब्ध घेऊन जन्मतो. त्याच्या आधीच्या जन्माचे हिशेब त्यालाच चुकते करावे लागतात. त्यानुसार त्या जन्मीचा त्याचा भोग ठरतो. चांगला किंवा वाईट भोग; पण भोगच. तो त्याचा वेगळा. तुमचा वेगळा.'

आता तिला एकदम सुटल्यासारखं झालं. या छातीतून आलेल्या कळेतून, मुलाच्या ओढीतून, सुनेच्या तिटकाऱ्यातून बाजूला व्हायला एक वाट सापडली.

'हा माझा मुलगा असला तरी त्याच्या शरीरात वेगळा आत्मा आहे. त्याचं नशीब त्याचं आहे. त्याचा स्वभाव, जगण्याची तऱ्हा त्याच्या आत्म्याचं प्रारब्ध वेगळं आहे. माझं माझं आहे. मग हा जवळ जाण्याचा अट्टाहास, दुखावून घेण्याचा उद्योग खोटाच का!'

ती सरळ झाली. लांबच्या खुर्चीत बसून अलिप्तपणे त्या सगळ्या दृश्याकडे आणि त्रयस्थपणे मुलाकडे पाहिलं.

■

# निचरा

**तिशी-पस्तिशीच्या देवदासी** नाचताहेत. नाचत नाचत पुढे येताहेत. त्यांच्या काळ्याभोर अंबाड्यावर सुरंगीचे गजरे आहेत. गोऱ्या कपाळावर ठळक कुंकवाच्या टिकल्या आहेत. हातात भरपूर बांगड्या, पायांत चांदीचे चाळ आहेत. मागून वरात येतेय. त्यांचा वरातीपुढे नाचण्याचा हट्ट आहे. वरात त्यांना टाळून पुढे जाण्याचा प्रयत्न करतेय. तेवढ्यात थोड्या वयस्कर देवदासींचा आणखी एक जथा तिथे आलाय. त्यात दोन-तीन लहान मुली आहेत.

मागे लता मंगेशकरचं एक जुनं गाणं वाजतंय. आता बायकांनी रिंगण केलंय.

रिंगणामधोमध एक दहा-बारा वर्षांची मुलगी नाचतेय. सावळ्या रंगाची. बारीक हाता-पायांची. दुबळी वाटावी अशी. नाच येत नसूनही बळेच नाचणारी. सगळ्याजणींनी जुन्या गाण्यावर ठेका धरलाय.

परत वरात.

ती फ्रॉक घातलेली, दोन घट्ट वेण्या घातलेली सुंदर मुलगी कंबरेत काटकोनात वाकत हातवारे करत गिरक्या घेतेय. जोरात, अजून जोरात.

धप्पऽऽ.

ती मुलगी पडली. ही मुलगी तर मीच आहे!

सविता!

"ताई–" सुलक्षणा ओरडली.

आपल्याच आवाजाने ती घाबरून झोपेतून उठली. घामाने डबडबली होती. कापऱ्या हातानं तिने कपाळावरचा घाम चाचपला.

ती उठून बसली.

शेजारच्या अटेंडंटच्या खोलीतून पुष्पा घाईने आली. तिने लाइट लावला. तिच्या खांद्यावर हात ठेवत म्हणाली,

"काय झालं ताई? स्वप्नबिप्नं पडलं का? केवढ्यांदा ओरडलात. हे घ्या पाणी घ्या."

पुष्पा तिच्या पाठीशी बसली. मायेने तिच्या पाठीवरून हात फिरवू लागली.

"झोपा शांत आता. अजून उजाडायला अवकाश आहे. सकाळी

निचरा । ३९

तुमचा मोठा कार्यक्रम आहे. काल रात्री उशिरापर्यंत लोक भेटायला येत होते. तुमची विश्रांती झाली नाही. लोकही इतका त्रास देतात ना,''

पुष्पा मायेने बोलत होती.

सविता अजूनही सावरली नव्हती.

त्या देवदासींचा नाच-

त्या मुलीचा नाच-

तिला झोप येईना. उद्याच्या कार्यक्रमात आपल्या पूर्वायुष्याचा उल्लेख येईल? तिच्या छातीत धडधड वाढली. पुन्हा घाम फुटला. आपण तर कर्त्या बाईसारखं राहतो; वागतो. काय होईल?


सविता पाच-सहा वर्षांची असेल.

आतल्या खोलीच्या खिडकीपाशी उभी राहून बाहेर बैठकीत काय चाललंय ते पाहत होती. बहुतेक पहाटे आणि संध्याकाळनंतर तिची रवानगी या खोलीत होई. खोलीला उभ्या गजाची खिडकी होती. त्यातून बाहेर ओसरीवरच्या बैठकीवर काय चाललंय हे दिसे आणि पलीकडे चौकातल्या हालचाली दिसत.

ओसरीला गुरुजी येत. आई व मोठी ताई तंबोऱ्यावर बसत. गुरुजी हळूहळू त्यांना शिकवत. ते म्हातारे होते. सावकाश तोंडातल्या तोंडात बोलायचे; पण गायला लागले की, सूत कातल्यासारखे सूर निघत. भारावून ती खिडकीत थांबे; पण मोठी आई आली की, तिला अभ्यासाला पिटाळे.

पण गुरुजींनी तिच्या आवाजाची स्तुती केली तेव्हापासून तिला खिडकी सुटायला अवघड जायची.

एके दिवशी पहाटे ती फुले तोडून घेऊन येत असताना गुरुजी आले. ''काय चाललंय सवि,'' म्हणत तिच्या गोबऱ्या गालाचा गालगुच्चा घेतला. ओसरीवर जाऊन बैठकीवर बसले. पेटी काढत सविताही ओढीने, उत्सुकतेने त्यांच्या पुढ्यात जाऊन बसली.

''काय म्हणणार का गाणं?'' गुरुजींनी विचारलं.

ती बावरली; पण धीटपणे हो म्हणाली. त्यांच्यासमोर मांडी घालून बसली.

''अहंऽऽ मांडी पालथी घाल. अशी पुरुषासारखी बसू नकोस.''

गुरुजी मऊ हसत म्हणाले. तिने आज्ञा पाळली.

''म्हण.''

आईकडून ऐकलेलं एक कृष्णलीलेचं गाणं म्हणायला तिने सुरुवात केली.

आवाज गोड. सूर स्वच्छ.

गुरुजी खूश झाले.

''वाऽऽ सवि, छान आवाज आहे तुझा.''

''मला नाचही करता येतो.'' ती बालसुलभ म्हणाली.

''अरे व्वा! हो का?''

''दाखवू.''

ती उठली. त्याच गाण्यावर नाचू लागली. गिरक्या घेऊ लागली. तिच्या सफाईदार हालचाली, लचक, हातांच्या हालचाली, आविर्भाव पाहून गुरुजी आश्चर्यचकित झाले.

न बोलता बघत राहिले.

तेवढ्यात आई तिथे आली. छोट्या सविताला नाचताना पाहून तिचा संताप झाला. तिच्या पाठीत धपाटा घालत म्हणाली, ''पुरे झालं! नाचू-गाऊ नको सांगितलं ना, समजत नाही का. जा अभ्यास कर. तुला शिकायचंय. समजलं ना? देवळात चिणून नाही घ्यायचं. जा.''

'''थांबा बाई,'' गुरुजी म्हणाले. ''लहान लेकरू आहे. जे पाहतंय त्याचं अनुकरण करतंय. आवाज उत्तम आहे तिचा आणि नृत्याला आवश्यक सगळे गुण आहेत तिच्यात. खरं तर सुलक्षणा आहे. तुमचं नाव काढेल.''

''नको मला मोठं नाव. करायचंच असेल तर शिकून करू दे. देवदासीसारखं नको. पूर्वा गायला बसते तेच खटकतं मला. जीव जळतो. हे काय जगणं आहे होय? जग कुठं चाललंय, आम्ही मात्र त्याच दलदलीत.''

आई रडायला लागलेली पाहून सविता घाबरली. आपलं रडणं विसरून तिच्या जवळ जाऊन म्हणाली,

''मी करते अभ्यास. आई, तू रडू नको. मी जाईन शाळेत.''

तिला तिच्या रडण्याचं कारण कळलं नाही. या चांगल्या घराला ती वाईट का म्हणतेय तेही कळलं नाही. पावसाळ्यात देवळासमोरचा

विसविशीत, मऊ, चिकट, पचपचीत चिखल तिला आठवला.

सविता नववीत गेली.

तोपर्यंत एक गोष्ट तिच्या लक्षात आली होती की, दिसायला चांगली असूनही तिच्याशी मैत्री करायला कुणी तयार होत नव्हतं. तिच्याकडे पाहण्याची इतरांची नजर वेगळी आहे हे जाणवायचं. पाल पडल्यासारख्या वर्गातल्या मुली तिला पाहताच बाजूला जातात, हे कळायचं.

याचं एक कारणही होतं.

ती पाचवीत गेल्यावर तिला मुलींच्या शाळेतून काढून सहशिक्षणाच्या शाळेत घातलं. तेव्हापासून पांडे-पुजाऱ्याचा मुलगा सतत मारक्या बैलासारखा तिच्याकडे पाहायचा. तिच्याशी भांडण काढायचा. प्रसंगी हात उगारायचा.

पाचवीत आल्या आल्या वर्गशिक्षक छद्मीपणानं हसले. हसत त्याला म्हणाले,

"पांड्या, अरे बहीण आली रे तुझी वर्गात!"

वर्गातली काही मुलं दात काढत हसली, ती मास्तर हसली म्हणून. काही आश्चर्याने पाहू लागली. तेव्हापासून पांडे बिथरला. तिचा शत्रू झाला. वर्गात आपला अपमान झालाय एवढंच त्याला कळलं.

पण नववीपर्यंत त्याला कारण कळलं होतं.

एके दिवशी मधल्या सुटीत त्याने तिला चिंचेच्या झाडाखाली एकटं गाठलं. तिला खांद्याला धरून जोरात मागे ढकललं. तिला हे अनपेक्षित होतं. तोल जाऊन ती पडली. तिच्याकडे तुच्छतेने पाहत मान वळवून थुंकून तो म्हणाला,

"माझ्या आईचा नवरा सोड म्हणावं त्या सटवीला. तुज्या इला. तुझ्या आईची साली," तो पुन्हा थुंकला.

काही न कळून सविता रडत घरी आली. आईला सांगितलं. नववीचं वर्ष विलक्षण ताणात चाललं होतं. तिच्या मनात आता कुठलीही शंका नव्हती. तिच्या डोळ्यांसमोर वेडंवाकडं नाचणारी पूर्वाताई आता तारुण्यात होती. पंचविशीत आली होती. जमेल तसं गात-नाचत होती. देवाच्या सेवेत रुजू झाली होती. रोज रात्री आई

अंधारात डोळे गाळत होती. तरुण मुलगी वाईटाच्या नजरेला पडू नये म्हणून धडपडत होती; पण सणांना हजेरी लावावी लागत होती. सविताला मात्र कटाक्षाने घरी ठेवलं जात होतं.

सविताची शाळेची गोडी संपली.

तिच्या रूपामुळे आणि नाचामुळे शाळेत सगळ्या सांस्कृतिक कार्यक्रमांत ती असे. तिचं नाव सगळ्या शाळेच्या तोंडी होतं. गळाही गोड असल्याने प्रार्थनेपासून ते आंतरशालेय स्पर्धांपर्यंत ती गेली होती. अभ्यासातही ठीक होती. वाईट नव्हती. भाषा तिला सहज अवगत होती; पण रत्नाशिवाय मैत्रीण नव्हती. रत्नाची आई येल्लम्मा देवीची टोपली डोक्यावर घेऊन जोगवा मागत फिरायची.

एकाएकी सविताने शाळेत जाणं बंद केलं, तसं घरात वाद सुरू झाले. आणि हरीकृष्ण गुरू आल्यावर वेगळंच झालं. गुरुजींचं कथ्थक नृत्यात प्रावीण्याबद्दल जगभर नाव झालेलं होतं. ते काही दिवस गोव्यात राहणार होते. नवरात्रीत त्यांचा कार्यक्रम होत असे.

ते मोठ्या आईकडे येत. कलाकार असल्याने दुसऱ्या कलावंतांबद्दल आदर असतो तसा त्यांना मोठ्या आईचा आदर होता.

ते घरी आले असताना सविता आली. त्यांना नमस्कार करून उभी राहिली.

"क्या कहना है बेटा?" त्यांनी विचारलं.

"मैं आपसे नृत्य सिखना चाहती हूँ। आपको गुरू बनाना चाहती हूँ ।" ती म्हणाली.

बाजूला बसलेली आई चकित झाली. मध्येच म्हणाली,

"हे काय सवि? शाळा चाललीये तुझी! नाच-गाणं नाही म्हटलं ना, पूर्वा करते तेवढं पुरे!" तिने हात जोडले.

आईचे डोळे भरून आले.

गुरुजी म्हणाले,

"बाई, नृत्य वाईट नाही. ती एक कला आहे. ती नृत्य शिकायचं म्हणते त्यात वावगं काही नाही. तिची इच्छा आहे. आपण तिच्या इच्छेचा आदर केला पाहिजे."

गुरुजी सविताकडे पाहत म्हणाले,

"नृत्यासंबंधी काय माहिती आहे तुला? काही शिकली आहेस?"

तिने नकारार्थी मान हलवली. तिचे डोळे डबडबले होते.

"मला थोडं परफॉर्म करून दाखवतेस? काही तुकडे?"

"मला गाण्यावर नाच करता येतो." ती ओल्या चेहऱ्याने म्हणाली.

"ठीक आहे."

तिने ओढणी कंबरेवर लपेटली.

गोड आवाजात गाण्यावर गिरकी घेतली.

"वाऽऽ" गुरुजी नकळत म्हणाले. तिच्या नृत्याला आणि गाण्यालाही ती दाद होती.

"मी शिकवीन तुला." गुरुजी म्हणाले.

"नको. नको." आई एकदम उठून म्हणाली, "गुरुजी गैरसमज करून घेऊ नका; पण तिला शिकवायचंय मला. आमच्यासारखं जीवन नको तिला. पूर्वाला शिक्षणात गतीच नव्हती. पुष्कळ प्रयत्न केले तिच्यासाठी; पण तिचं डोकं नाही चाललं. मात्र, ही चांगली आहे. शिकतेय चांगली. ही शिकेल तर स्वतःच्या पायावर उभी राहील."

आई हात जोडून उभी राहिली.

गुरुजी विचारात पडले.

"पण मला शिकायचंय यांच्याकडे. शाळा नकोय मला. मला जायचंच नाहीये शाळेत. मी जाणार नाही." सविता पाय आपटत म्हणाली.

"सवि" आई इतक्या जोरात ओरडली की, गुरुजीही चमकले. उठून जाताना म्हणाले,

"तुमचा विचार कळवा. मी परवा निघतोय. शिक्षण बंद नाही करणार मी तिचं."

आई बोलली नाही.

ते जाताच ती सविताकडे धावली. एक सणसणीत मुस्काटात लगावली. तिला मारायला लागली.

सविता शांतपणे मार खात होती. शेवटी मोठी आई आणि पूर्वा मध्ये पडल्या. सविताला सोडवलं. तिचे गोरे गाल लाल झाले होते. केस विस्कटून चेहऱ्यावर चिकटले होते. ती घामाघूम झाली होती; पण डोळे कोरडे होते.

"काय मारून टाकतेस का तिला?" मोठी आई ओरडली.

"जगून काय करणार? आपलं जिणं जगणार? त्यापेक्षा मरू दे तिला. मंदिरात गायचं, समारंभांमध्ये नाचायचं. त्या दगडी देवासोबत लग्न करून हाडामांसाच्या लंपट पुरुषांबरोबर झोपायचं, पोटं काढायची. पोटं पाडायची. नाहीच पडली तर पदरात घ्यायची. काय करायचं सांग ना? तुझी परंपरा किती पिढ्या चालवायची?'

आई संतापून, असहाय होऊन मोठमोठ्यांदा बोलत होती. मोठी आई रडत होती. पूर्वा सविताला पोटाशी घेऊन उभी होती.

"मग कशाला पाठवतीस शाळेत?" सविता रडक्या आवाजात पण ठामपणे बोलत होती. "आम्ही कोण हे सगळ्या गावाला माहिती आहे ना? नाही व्हायचं मला तुझ्यासारखं; पण तरी नाचतेय ना मी? म्हणतेय ना गाणं? मग नाचीन ना देवापुढे, तुमच्याचसारखं!"

ती फणफणत राहिली. म्हणाली, "काय करणार शिकून? हा रंग पुसून टाकणार? टक लावून आपल्या चेहऱ्याकडे, केसांकडे, छातीकडे पाहणाऱ्यांचे डोळे फोडणार? की अंगातलं देवदासीचं रक्त काढून टाकणार? हे नाचणारे हात-पाय तोडून टाकणार? की छातीतली दुखती कळ ओढून फेकणार? हा मिळालेला शिक्का मेल्यावरच पुसून जाणार! मग नाचू दे ना मला. माझ्या रक्ताशी प्रामाणिक राहीन. पूर्वाताईंसारखं मन मारून करायच्या नाहीत गोष्टी मला. प्रेम एकावर करतेय आणि शरीर दुसऱ्याबरोबर असतं. हे मी करणार नाही."

बोलताबोलता तिचा आवाज वाढला. वाड्याला फोडून काढायला निघाल्यासारखा.


सविता हरीकृष्ण गुरुंबरोबर म्हैसूरला आली. तेव्हापासून नृत्य आणि बाहेरून शिक्षण हेच ध्येय तिने ठेवलं. यशाची माळ तिच्या गळ्यात पडली. ती प्रसिद्ध नृत्यांगना झाली. भूतकाळ मागे लांब पडला खरा,

पण भूतकाळ गेला नाही.

कुठूनही नाचणाऱ्या, गाणाऱ्या देवदासी दिसल्या किंवा त्याबद्दल बोललं गेलं की, जखमा ओल्या होत. भीतीची, अपराधीपणाची, कमीपणाची बोच खोलवर तशीच असल्याचं जाणवायचं.

यश मिळालं तसं वर्तमानपत्र, मासिकं, टीव्ही चॅनल्स दखल

घ्यायला लागले. पहिला प्रश्न असे.

'नृत्यासाठीची तुमची प्रेरणा कोण?'

यासाठी गुरुजींचं नाव तिने ठरवून टाकलेलं होतं.

आई-वडील-कुटुंब असे प्रश्न ती येऊच देत नसे. आलेच कधी तर हसून म्हणे,

'माझी आई - कुटुंब ही प्रेमळ माणसं प्रसिद्धीपासून दूर ठेवू या का? ते माझं व्यक्तिगत विश्व आहे. त्यात इतरांना प्रवेश नसावा, असं मला वाटतं.'

प्रश्नकर्ता दुसरा प्रश्न विचारी.

पण कधीतरी, कुणीतरी तिची माहिती मिळवलेलीच असे 'तुम्ही देवदासी कुटुंबात जन्माला आलात. पारंपरिक जीवन सोडलंत. काय सांगाल?'

ती निरुत्तर होत असे.

मनावर एखाद्या गोंदणासारखा असलेला व्रण झाकता झाकला जात नसे.

मोठी आई, आई, पूर्वा, येणारे पुरुष.

कधी आले हे पुरुष? कसे या सगळ्याजणींना नासवून गेले. पूर्वा पळून गेली. चांगलं झालं असं तिला वाटलं. तिने लग्न केलं. एक मुलगा आहे. इथवर तिला कळलं होतं.

गुरुजींबरोबर आल्यावर तिने गोव्यात पाऊल ठेवलं नव्हतं. गुरुजी दरवर्षी एकदा जायचे तेव्हा वार्ता कळायची.

अशाच एका भेटीनंतर तिला कळलं की, पूर्वा मुलासह परत आलीये. समाज टीकेला घाबरून तिच्या नवऱ्याने तिला टाकली.

सविताचं मन पिळवटून आलं.

रागाने. शरमेने. बहिणीच्या अपमानाने.

दिवस-रात्र खोलीत कोंडून घेतलं होतं तिने. रडरडून थकली. संतापाने मुठी, डोकं आदळलं होतं भिंतीवर. डोक्यात वादळ होतं. हजार प्रश्न होते समाजासाठी. स्वतःसाठी. मरणाचे विचार घोंघावत होते. वाटत होतं, आज आपल्याला प्रश्न विचारताहेत देवदासी असल्याबद्दल; उद्या रात्रीची सोबतही मागतील अगदी नैसर्गिक

असल्यासारखं.

लोकांना तोंड दाखवायचं ती टाळायची.

नको ती प्रसिद्धी. ते प्रश्न. ती माध्यमातली टोकदार माणसं आपलं आयुष्य खोदायला आल्यासारखी. सतत शोधक. शोधून काढायला तत्पर.

मग गुरुगृही राहायला पुष्पा आली तसं गुरुजींनी नवा कक्ष काढला. नवी जागा देऊन सविताला प्रमुख केलं. तिला स्वतःचे निर्णय घ्यायचं स्वातंत्र्य दिलं. मग तिचे नृत्याचे स्वतंत्र दौरे सुरू झाले.

तरीही देवदासी असल्याचा ताण अंतर्प्रवाहासारखा बरोबर होताच.

या गावातल्या लोकांनी तिला अक्षरशः डोक्यावर घेतलं. तिचा मोठा नागरी सत्कार ठेवला. कारण तिला नुकताच आंतरराष्ट्रीय पुरस्कार मिळाला होता. त्यानंतर तिची प्रकट मुलाखत होती. ती अजिबात तयार नव्हती; पण आयोजकांच्या आग्रहाला नकार देता आला नाही.

हॉटेलच्या दारापासून फुलांच्या पायघड्या घातलेल्या होत्या, उघड्या जीपपर्यंत. तिला जीपमध्ये मिरवत नेणार होते. रस्त्याच्या कडेला तिच्या फोटोसह मोठे होर्डिंग लावलेले होते. तिने पुष्पालाही जीपमध्ये घेतलं. तिला अतिशय संकोच वाटत होता. हे कौतुक आईने पाहायला हवं होतं, तिला वाटत राहिलं. मोठ्या आईने तर चेहऱ्यावर हात फिरवून, बोटं मोडून दृष्ट काढली असती.

जीप हळूहळू चालली होती. शिष्य-शिष्या जवळजवळ नाचतच बरोबर चालल्या होते. तिचा शिष्यवृंद तिच्या कौतुक-सोहळ्यासाठी बाहेरगावाहून आलेला होता.

तेवढ्यात बाजूच्या गल्लीतून मिरवणूक आली. पुढे बँड होता, त्यामागे तरुण -मध्यमवयीन स्त्रिया नाचत होत्या. सजलेल्या होत्या. त्यांनी भरपूर शृंगार केला होता.

जीप थांबली. आयोजक पुढे धावले. त्या मिरवणुकीला थांबण्यासंबंधी विनंती करू लागले; पण तिकडून देवाचा रथ येताना पाहून ते थांबले. हा शुभशकुन समजले.

तिच्या जीपकडे येऊन अजिजीच्या स्वरात म्हणाले, “सॉरी मॅडम. आपल्याला थोडं थांबावंच लागेल. देवाच्या पादुकांची रथयात्रा आहे.

आम्ही या स्त्रियांना थांबवू शकत नाही. या देवदासींचा मान असतो.''

मागे कुणीतरी फसकन हसलं. उपहासाचं हसू. सविताला दरदरून घाम फुटला. हातपाय कापायला लागले. पुष्पाच्या लक्षात आलं. तिने घाईने सविताला खाली बसवलं.

मिरवणूक थांबली. बंद गाडीतून कार्यक्रमाकडे जाताना ती भांबावली होती. मन उडून गेलं होतं, डोकं विचार करू शकत नव्हतं. हाता-पायाला कंप सुटला होता. तळवे घामाने भिजले होते. आजूबाजूला काय चाललंय काही कळत नव्हतं. तिच्या आयुष्यातल्या अत्युच्च क्षणी तिची ओळख तिच्यासमोर का आली होती?

उरलेला सगळाच कार्यक्रम कसाबसा पार पडला. तिने मिरवून घेण्याचा धसकाच घेतला होता. स्टेज तिच्या सवयीचं होतं तरीही नृत्याशिवाय काही बोलायचं नाही, हे तिने ठरवून घेतलं होतं.

तरीही तिला प्रश्न विचारले गेलेच. कुणीतरी तिचं मूळ शोधलंच होतं. आडूनआडून एक प्रश्न विचारला गेलाच, ''तुम्ही देवदासींच्या प्रथेवर विश्वास ठेवता का?''

ती चमकली. एक कळ पोटातून थेट छातीतून डोक्यात गेली. अशा प्रश्नांना ती सरावली असली तरी तिची चलबिचल दिसलीच. म्हणाली, ''जन्माने ना जात चिकटते ना व्यवसाय. खरं तर आपण कुठे कोणत्या कुटुंबात कुणाच्या पोटी जन्म घेतो याचं स्वातंत्र्य आपल्याला दिलेलंच नाही. हे आपल्याला माहिती आहे; पण आपण काय करावं, कसं करावं हा निर्णय मात्र आपण घेऊ शकतो. या जुन्या प्रथा होत्या. अजूनही कुठे कुठे असतील; पण आज व्यक्तिस्वातंत्र्याचा काळ आहे. या प्रथा मागे पडल्या आहेत, हे ध्यानात घ्या. ही सामाजिक मक्तेदारी संपलीये. देवदासींच्या प्रथेसंबंधीचा कायदा तर १९११ मध्येच आलाय.

चुकीच्या गोष्टी मागे पडताहेत याचा आपण आनंद मानायला पाहिजे. विसरा आता. एखाद्याला माणूस म्हणून जगायची संधी मिळाली तर त्याचे समाधान वाटले पाहिजे आणि त्यात समाजाने ठेचलेलीला जर एखादा उत्तम गुरू मिळाला तर त्याला आत्मविश्वासाची झळाळी येते हे लक्षात घ्यावं.''

तिला एकदम थकल्यासारखं झालं. तिने या प्रथेचा खूप अभ्यास

केला होता. आज ती सहज बोलली, तेव्हा तिला प्रथा बंद होण्याचं अचूक साल लक्षात होतं; पण तिने स्वतःला थांबवलं.

खोलीत ती मान मागे टाकून डोळे मिटून बसली होती. तेवढ्यात दारावर टकटक झाली. 'मे आय कम इन!' एक स्पष्ट, दमदार पण नम्र आवाज आला. तिने डोळे उघडले. त्रासून दरवाजाकडे पाहिलं. अतिशय देखणा, उमदा तरुण उभा होता. तिशीचा असेल. ती बोलली नाही. तोही न बोलता उभा राहिला. शेवटी वैतागून तिने मान हलवली. तो आत आला. उंची कपडे, नीटनेटका, साफसुधरा चेहरा. दाट केस.

आत येताच त्याने कंबरेत वाकून नमस्कार केला.

"मी प्रणव. अमेरिकेत असतो. तुमचं नाव मी ऐकून आहे. तुमचा शिकागोला कार्यक्रम झाला होता, तो मी पाहिला होता. राधा- कृष्णाच्या नात्यावर होता. अप्रतिम! आज इथे होतो म्हणून आलो. फारच सुंदर नृत्यांगना आहात आपण. दोन्हीही नृत्यही आणि तुम्हीही."

तो थांबला.

ती हसली. मंद.

तिला रूपाची स्तुती नको असे; पण तो ज्या पद्धतीने नम्रतेने बोलला ते तिला भावलं.

"बोला." ती म्हणाली.

तो चुळबुळला. घुटमळला.

"मला एक गोष्ट दोन्हीही कार्यक्रमांत जाणवली. तुम्ही तुमच्या कुटुंबाबद्दल बोलत नाही आणि तो संदर्भ आला की तुम्ही अस्वस्थ होता. तसं नसेल तर, तर मला माफ करा. मी जरा जास्तच बोलतोय."

तो थांबला. आपलं बोलणं ही कशी घेईल. चिडेल. बाहेर काढून देईल, असं त्याला वाटलं.

सुलक्षणाला विलक्षण थकल्यासारखं झालं होतं. कोंडल्यासारखं.

"खरं आहे तुमचं म्हणणं. मला माझ्या खासगी आयुष्यात कुणाचीच ढवळाढवळ नकोय. तो प्रांत समाजाचा नाही."

"तो प्रांतच समाजाचा आहे." तो हट्टाने म्हणाला. "समाजाने ही प्रथा बंद करायला पाहिजे होती. तशी ती झाल्यासारखी वाटतेही; पण आधीच्या सगळ्या काळात बायकांनी काय काय सोसलं असेल याची कल्पना करवत नाही."

तिने गोंधळून त्याच्याकडे पाहिलं.

तिच्याकडे एकटक पाहत तो म्हणाला,

"तुम्ही देवदासी कुटुंबातल्या आहात, हे मला माहिती आहे. बऱ्याचजणांना असेल. काही मुलाखतकार किंवा लिहिणारे तुमच्याबद्दल आवर्जून हा उल्लेख करतात. तुम्हाला तो नकोसा वाटणं स्वाभाविक आहे. कारण ज्या सत्यापासून आपण दूर जायचा प्रयत्न करत असतो, ते सत्य गोचिडासारखं आपल्याला चिकटलेलं असतं. ओल्या अंगावरचा केस झटकला तरी चटकन सुटून पडत नाही, तसं; पण आता काळ खरंच बदललाय."

तो थांबला. तिने मानेने पुढे बोलायचं सुचवलं.

"तुम्ही मोठ्या कलाकार आहात. संवेदनशील आहात. आपण कुठे कसे जन्मलो, कोणत्या धर्मात - जातीत जन्मलो, स्त्री म्हणून किंवा पुरुष म्हणून जन्मलो यापेक्षा आपण माणूस आहोत, हे लक्षात घ्या. माणसाला त्याच्या इच्छेप्रमाणे स्वतंत्र पद्धतीने जगता येतं, हे मी अमेरिकेत शिकलो. आपल्या भूतकाळाची लाज वाटू द्यायची नाही, हेही मनालाच बजावायला लागतं. मग गोष्टी सोप्या होतात. कुठलाही स्टिग्मा राहत नाही. शल्य नाही. बोच नाही. तुमचा भूतकाळ खूप मागे पडलाय; पण त्या माणसांनाही टाळू नका. ते आपल्या भूतकाळाचा एक भाग आहेत म्हणून स्वीकारा. शिवाय त्यांनी जे भोगलं त्याबद्दल कणव ठेवा."


तो थांबला. ती खाली मान घालून ऐकत होती.

एखाद्या धबधब्याच्या प्रवाहात अनेक गोष्टी वाहून जातात, तशा प्रवाहात आपण असल्यासारखं तिला वाटलं.

तो थांबला. ती बोलेना तेव्हा तो म्हणाला, "तुम्हाला असं प्रबोधन वगैरे करायचा मला हक्क नाही. ओळखही नाही. भेटही पहिलीच आहे. माझ्याकडून आगळीक झाली असल्यास माफ करा."

तिने नकारार्थी मान हलवली. तिचे डोळे भरून आले होते.

"कुणी भेटलं नाही, हे सांगणारं. गुरुजींनी सतत संरक्षण देत सांभाळलं इतकंच."

निघताना हस्तांदोलनासाठी त्याचा हात हातात घेतल्यावर तिला

विलक्षण आश्वासक वाटलं. एका नव्या आत्मविश्वासाचा स्पर्श.

"पुन्हा भेटू." ती म्हणाली.

तो हसला.

त्याच्या पाठमोऱ्या आकृतीकडे ती आधारस्तंभासारखी पाहत राहिली.

■

# प्रतीक्षा

**तो गुबगुबीत सोफ्यावर** हुऽऽश करत बसलेला हेमाने पाहिलं. ती बेडरूममधून घाईने बाहेर आली.

“सुब्बुऽऽ काही खाणार का रे?”

त्याने तिच्याकडे पाहिलं नाही. खाली वाकून टीपॉयमधून काहीतरी पाहिजे असल्यासारखं कागद, वर्तमानपत्र आणि पुस्तक चाळत राहिला.

“पेपर्स पाहिजेत का आजचे?”

तो बोलला नाही.

“थांब. माझ्या खोलीत असतील आणून देते.”

“नको. असू दे.” तो अस्पष्ट, गालातल्या गालात म्हणाला. त्याच्या गोबऱ्या गालात शब्द आत घुसमटून आतच अडकून पडल्यासारखं तिला वाटलं.

“चहा टाकू का सुब्बु?” तिने विचारलं. एखादा ऋणको पैसे उधार मिळण्याच्या आशेने लाळ गाळत मागे मागे करतो आणि धनको दुर्लक्ष करतोय हे कळूनही मागे हटत नाही असं तिला वाटलं.

त्याने तिच्याकडे सरळ पाहिलं नाही.

“कशाला? रामण्णा करेल. तो असेलच आत.” सुब्बु म्हणाला.

‘चला, एवढं तरी बोलला.’ तिला वाटलं. भरगच्च प्रसादाच्या आशेने जावं आणि चमचाभर प्रसाद हातावर पडावा तसं हे होतं. तिला कळत होतं.

ती समोरच्या खुर्चीवर बसली. बळेच. बळेच बसलोय हे कळूनही आणि का याचे उत्तर न कळूनही तिने आत वळून रामण्णाला हाक मारली. तो येताच म्हणाली,

“रामण्णा, चहा कर चांगला. मलाही टाक अर्धा कप आणि ब्रेडरोल्स केलेत सुब्बुला आवडतात म्हणून ते आण.”

“बाई, ते थंड झालेत.” रामण्णा म्हणाला.

तिला विलक्षण राग आला.

“ओव्हनमध्ये टाकून गरम कर ना. का तेही सांगायला पाहिजे?”

“मा,” सुब्बु मध्येच म्हणाला. “मला खायला नकोय आणि ओव्हनमध्ये गरम केलेलं अन्न मला आवडत नाही.” पुन्हा तो हुप्प

होऊन बसला.

हा अमेरिकेत कसं करत असेल? त्याला गरम अन्न आवडतं हे तिला माहिती होतं.

हेमा बोलली नाही. विचारात पडल्यासारखी त्याच्याकडे पाहत राहिली.

साडेसहा फूट उंच. लाटांसारखे कुरळे दाट केस. सरळ नाक, अत्यंत तीक्ष्ण डोळे, गव्हाळ मऊ रंग आणि प्रमाणात ठेवलेलं शरीर.

"जन्मला तेव्हा एवढासा होता तू." तिला हसू आलं. बोटांपासून कोपरापर्यंत दक्षिणेत गजरा किंवा हार मोजून देतात तसं करून दाखवत म्हणाली. "एवढासा होतास. एवढा हातभर जीव केवढा झालाय!"

तो बोलत नाहीसं पाहून म्हणाली, "निसर्ग काय जादू आहे नाही!"

मग तिला वाटलं, उगाच बोलले. याला आवडलं नाही. कुणाला आवडो न आवडो आपण सारखे मन धरायला पाहतो. दुसरा माणूस दुखावू नये याची काळजी घेत राहतो. एखाद्या देवळाबाहेर कुणी भोळा साधासरळ भाविक साशंक भक्तामागे मदत करत फिरतो तसं. स्वभावातच लोचटपणा आलाय. निदान सुब्बुपुरता!

रामण्णा आला.

"चहाबरोबर पेस्ट्रीज, कुकीज आण ना. मी मुद्दाम काल आणवून घेतल्यात. तुला चॉकलेट फ्रॉस्ट आवडतं ना?"

त्याने मान हलवून नकार दिला. त्याचा नकार पुन्हा तिला बोचला.

तेवढ्यात बाहेरून रमेश आला. हॉलमध्ये सुब्बुला पाहताच तो म्हणाला,

"काय? काय म्हणतोय दिवस? आज कुठं गेलास की नाही मित्रांना भेटायला? नाहीतर त्यांनाच बोलवायचं. रामण्णा, चल चटकन मला ब्लॅक कॉफी दे, थोडं लिंबूही."

"का? बरं नाही का पप्पा?" सुब्बु उठलाच सोफ्यातून.

त्याच्याजवळ जात तो शेजारच्या खुर्चीत बसला.

"तुम्ही ही ॲडिशनल जबाबदारी घ्यायला नको होती पप्पा. चांगल्या पोस्टवर राहून उत्तम लाइफ जगायचं सोडून, खेडोपाडी

कशाला हिंडायचं?'' सुब्बुच्या आवाजात काळजी होती.

''हो ना. उन्हातान्हात सर्व्हे करायचे आणि उपाशीपोटी कामं करायची.'' हेमा स्वतःला संभाषणात मध्येच घुसडत म्हणाली. ''मी किती म्हटलं यांना.''

त्या दोघांचंही तिच्याकडे लक्ष नव्हतं की दिलं नव्हतं?

सुब्बु अमेरिकेहून आल्याला पंधरा दिवस होत होते. पहिले चार दिवस सून आणि नात होती. कुणाला कुणाशी बोलायचा निवांतपणा नव्हता. नातीची अखंड चुळबुळ. सुनेची बडबड चालू होती. हेमाने आधी घेऊन ठेवलेला सोनवाडीच्या बचत गटाचा कार्यक्रम नेमका सुब्बु आला त्याच दिवशी होता.

''आज कॅन्सल कर. सुबड्या दोन वर्षांनी आलाय.'' रमेश म्हणाला होता.

''पण हा कार्यक्रम तीन-चार महिन्यांपूर्वी ठरलेला आहे. तो कॅन्सल कसा करू? शिवाय सुब्बु ठरल्यापेक्षा आठवडाभर आधी आला. मीच प्रमुख पाहुणी आणि मार्गदर्शिका आहे.'' हेमा म्हणाली.

''अरेच्चा, बरं नाही म्हणून सांग.'' रमेशचं म्हणणं तिला खटकलं.

''मी बोलले संयोजकांशी; पण आयत्या वेळी कोण पाहुणा मिळणार म्हणाले. सात कॉलेजचे निवडक विद्यार्थी आमंत्रित आहेत. शिवाय आमदार आहेत.'' हेमा म्हणणं मांडू लागली.

तसा रमेश म्हणाला, ''जाऊ द्यावे काही कार्यक्रम.''

''तुमची ग्रामीण व्हिजिट असती किंवा मंत्रिमंडळातले काहीजण आले असते तर तुम्ही घरी बसला असता?'' हेमा तडकून म्हणाली.

''मी कलेक्टर आहे. आयएएस ऑफिसर असा कामं सोडून घरी बसला तर ते माझ्या बायोडाटात लागेल; शिवाय कॉन्फिडेन्शिअल रिपोर्टलाही! तुझी समाजसेवा हा छंद आहे. थोडं इकडंतिकडं चालतं.''

रमेशच्या या म्हणण्याला उत्तर न देता घरातली सगळी व्यवस्था लावून हेमा गेलीच. जिन्यावर उभा असलेला सुब्बु हे ऐकत होता.

त्याला लहानपणीची गोष्ट आठवली.

रमेशची अकोल्याला बदली झाली होती. सुब्बु नववीत होता. हेमाचं समाजकार्य, शिक्षण क्षेत्रातलं काम चालूच होतं. हेमाचं व्यक्तिमत्त्व आकर्षक होतं. रंग सावळा असला तरी साडेपाच फुटापेक्षा जास्त उंची,

लांबसडक केस, मुख्य म्हणजे भेदक आणि शोधक मोठे डोळे तिच्या बुद्धिमत्तेची साक्ष द्यायचे. तिने रसायनशास्त्रात डॉक्टरेट केल्यामुळे ती विद्यापीठ स्तरावर शिकवू शकत होती; पण रमेशच्या बदलीबरोबर तिचं कार्यक्षेत्र बदललं; त्यामुळे कॉलेजमध्ये शिकवण्याचं तिने ठरवलं होतं. एकदा तर तिने ज्युनियर कॉलेजमध्येही नोकरी केली होती.

यामुळे रमेश अस्वस्थ होई. तो नव्या जागेवर रुजू होण्यापूर्वीच त्याच्या हाताखालच्या सहकाऱ्यांना त्याच्याबद्दल खडान्खडा माहिती असे; त्यामुळे बहुतेक वेळा कुणीतरी स्थानिक कॉलेजच्या प्राचार्यांची त्याची ओळख करून देत. मग हेमासाठी रस्ता मोकळा होई. हा उपकाराचा भाग आहे असं रमेशला वाटे; पण नाइलाज असे. शिवाय अनेक सरकारी, निमसरकारी सेवाभावी संस्थांवर पदसिद्ध अध्यक्ष म्हणून तो किंवा त्याची पत्नी हे संस्थांनीच घटनात्मक ठरवलेलं असल्याने ती कामं आपोआपच येत. कधीकधी सुब्बु घरात हा संवाद ऐके.

"हेमा, पदसिद्ध अध्यक्षांच्या संस्थांत अध्यक्ष नावापुरताच असतो. कारण कलेक्टर्स बदलत राहतात. इतर पदाधिकारी कामं करत राहून संस्था चालूच राहते. तू हे इतक्या गंभीरपणे घेऊ नकोस. त्यापेक्षा आई-आप्पा येताहेत त्यांना पाहा. शिवाय सुब्बुचा अभ्यास आहे किंवा घरी आमच्याबरोबर मजेत राहा. मला बटाटेवडा खाऊ घाल. माझ्या कपड्यांकडे लक्ष दे. थोडी पाठ घासून दे. पुष्कळ गोष्टी आहेत करण्यासारख्या.''

हेमा उपहासात्मक हसून होकार देई.

"बाहेरचं सांभाळून मी करतेच आहे सगळं. परवाच तर बटाटेवडा केला होता! शिवाय एकविसाव्या शतकातल्या स्त्रीने पुढे होऊन काम केलं पाहिजे हे तूच सांगतोस सभेत.''

"तू बटाटेवडा केला नाहीस. मला तुझ्या हातचा आवडतो. माझी बॅग भर. मला फिरतीवर जावं लागतं.''

ती बोलत नसे. निमूटपणे ही सगळी कामं करत राही.

सगळं आटोपून काम करी.

मध्येमध्ये आई-आप्पा येत.

"फार व्याप होतो.'' हेमा म्हणे.

"त्यांचं काय करावं लागतंय तुला? सगळं तर नोकरच करतात. शिवाय आई तुला काही बोलते का? आप्पांचा तर प्रश्नच नाही. सहा-सहा महिन्यांनी येतात. हातीपायी नोकर आहेत. गाड्या आहेत. प्रॉब्लेम काय आहे?"

"वेळ! वेळ खूप जातो माझा. कॉलेजची कामं होत नाहीत. बाहेरची तर सोडूनच द्या." हेमा

"हेमा, ट्राय टू अंडरस्टँड द सिच्युएशन." म्हणत रमेश गप्प होतो.

सुब्बुला आठवलं.

एकदा आजी-आप्पा आलेले असताना आप्पा पाय घसरून पडले. मांडीचं हाड मोडलं. मग धावपळ. ऑपरेशन करावं लागलं. मांडीत रॉड टाकला. सहा महिन्यांची निश्चिंती होती. हेमा कॉलेज करी. काही दिवस रजा घेतली होती खरी.

पण आजी आप्पांजवळ बसून असे. त्यांनी अस्पष्ट मारलेली हाकही तिला ऐकायला येई. नर्सवर अवलंबून न राहता ती स्वतः पाणी, दूध, ज्यूस देई. स्वतःच्या हाताने त्यांचा मऊ भात शिजवी. सारं करे. त्यांना खाऊ घालायच्या वेळी तिथे बसून निगराणी करे. भातावर स्वतः तूप घाली. शाळेतून आलेल्या सुब्बुला आजोबांची खोली उबदार घरटं वाटे.

'सुब्बु हे खा, ते खा.' हे सारखं आजी सांगे. प्रसंगी आजोबांबरोबरच खायला देई.

'आज आजा-नातवाचा भोजन समारंभ बरं का!' म्हणत कधीकधी आजी सुब्बुला जेवण भरवे. त्याच्या पाठीवरून हात फिरवून लोळू देई. कधी त्याचे पाय दाबी. मग आप्पा आजीला विनोदाने म्हणत, 'आमची पण सेवा करणार का? आम्हालाही पाय आहेत.'

"जन्मभर तुमचे पाय दाबून देतेय. अंगाला तेल चोळून देते. पाठ घासून देते. तरी कुरकुर? माझा रमेश पाहा, करतो का कधी कुरकुर? इतकी सेवा करायला सूनबाईकडे वेळ कुठंय? पण गप्प बसतो ना?"

आप्पांनी तिच्याकडे तीव्र नजरेने पाहिलं.

"असू दे, काही होत नाही. एवढा मोठा कलेक्टर आहे रमेश; पण एवढासुद्धा रुबाब दाखवत नाही. हजारभर माणसं हाताखाली आहेत;

पण साहेबी तोरा नाही आणि घरी हे असं. ही बाहेरची कामं करत फिरणार.'' आई म्हणाल्या.

''रमेशचंही खूप नाव आहे. उत्तम कलेक्टर म्हणून मान आहे. खेडोपाडी पोटतिडकीनं जाऊन काम करतो.'' आप्पा.

''पण घर म्हणून बाईच काही पाहणार नाही तिथं रमेश काय करेल? आमचा जन्म घरात गेला; पण घरपण राहिलं ना? माया राखली. तुमची सगळ्यांची उस्तपास्त केली.'' आजी म्हणाली.

''हे बरोबर आहे बरीक; पण आपल्या मुलाचा स्वभाव तसा नाही. पुरुषाला थोडं ठाम राहावं लागतं. तेव्हा कुठं बाई गपगुमान काम करते आणि यात काही वेगळं करायला कुठं सांगतोय. जगरहाटीच आहे; पण काळ बदललाय, हे लक्षात घ्यायला पाहिजे.'' आप्पा

सुस्कारा टाकून आजीने सुब्बुच्या पाठीवरून हात फिरवला.

''तू घरपण राख रे बाबा. बायको डोक्यावर नको. नाहीतर हाल मिऱ्यासारखे जहाल.'' म्हणत त्या हसल्या.

अंग घुसळत सुब्बु म्हणाला, ''आजी मला तेल लावून अंघोळ घाल ना.''

''हो माय, लाडकं लेकरू ते माझं. आईचे हात काही लागत नसतील अंगाला. कोण घालतो अंघोळ? आपला स्वैपाकी का? चोळून घालतो का रे?''

त्याने मान हलवली.

''भीमा. कटिंगला येतो तेव्हा मालीश करतो कधीकधी.''

आजीने डोक्यावरून हात फिरवला.

सुब्बुला वाटलं, आपल्याला रडू येईल. त्याने ओठ मिटले. बाटलीचे बूच घट्ट लावावे तसे. स्वतःला आत कोंडले. जन्मापासून हेमा काय काय करत आली हे आठवायचे त्याचे वय नव्हते.

हेमाला याची कल्पना होती.

आपण नोकरी, समाजकार्य, कार्यक्रमात जाणं सासू-सासऱ्यांना रुचत नाही, हे ती जाणत होती. जरी ते स्पष्टपणे तसं म्हणाले नसले तरी. तिला सख्खी नणंद नव्हती. रमेश एकटा होता. नेहमी भेटीला येणारी त्याची मावस बहीण अगदी जुन्या मतांची होती. आईला ती वारंवार भेटायची त्या वेळी 'मुलगा - सून' हे आवडते विषय.

पण हेमा दोन्ही बाबी योग्य पद्धतीने तोलत होती. निदान तिला तरी तसं वाटत होतं.

बारावीनंतर सुब्बुने इंजिनिअर होण्याचं निश्चित झालं, तेव्हा रमेश दिल्लीला होता. पिलानी की मुंबईला शिकायचं हे ठरताना त्याने पिलानीला जायचा हट्ट घेतला तिथून बऱ्याच गोष्टी बदलल्या असाव्यात असं हेमाला वाटे.

नंतर सुब्बु घरी आलाच नाही. पिलानीहून ग्रॅज्युएशन. त्यानंतर परदेशात पदव्युत्तर डिग्री. मग अमेरिकेत पीएच.डी., नंतर तिथेच नोकरी. घरी आला तरी जास्तीतजास्त आठवडाभर थांबे. तेवढ्या काळात त्याला जमतील तेवढे वेगवेगळे पदार्थ खाऊ घालण्याची हेमाची धडपड चाले. त्याच्यासाठी आधी महिनाभर खरेदी चाले आणि तो आल्यावर अगदी सहज त्याला त्या वस्तू दिल्या जात. धडपडून हेमा तिने कोणती गोष्ट किती त्रासातून मिळवली सांगण्याचा प्रयत्न करे; पण सुब्बु तिकडे लक्ष देत नसे किंवा रमेशही; 'जाऊ दे गं त्याला द्यायची होती ना, मग दिली.' म्हणत तिच्या त्रासावर, प्रयत्नांवर पडदा टाके.

रमेशच्या स्वभावातला हा गमतीशीर भाग आहे, असं म्हणून ती सोडून देत असे; पण मनात कुठेतरी तो खटकत असे. एखादी गोष्ट धरून ठेवून वेळ येताच वचपा काढण्याचा तिचा स्वभाव नव्हता.

सुब्बुची आजारपणं अशीच असायची. ताप येतो असं वाटेपर्यंत तो तीन-चार डिग्रीपर्यंत चढायचा. मग ती रात्ररात्र जागायची. सकाळी रमेश जवळ येऊन बसायचा तेव्हा सुब्बु जागा व्हायचा; पण तिच्या रात्रपाळीबद्दल शब्दही निघायचा नाही. अशा वेळी तिची तारेवरची कसरत चालायची. मुलाकडे सारखं बघायचं. जमलं तर रजा टाकून तर कधी कॉलेज करून यायचं.

'तू काही रेग्युलर स्टाफमध्ये नाहीस. नाही गेलीस कॉलेजला तर जमेल. अर्थात तुझ्या करिअरचं मात्र पाहा.' असं रमेश म्हणाला की तिच्या महत्त्वाकांक्षी स्वभावावर शिक्कामोर्तब व्हायचं.

सुब्बुला चार वेळा तरी हातापायाची फ्रॅक्चर्स झाली तेव्हाही प्लॅस्टर घालायच्या वेळी, काढायच्या वेळी पिता हजर.

दुपार निवांत होती. मंत्री येणार असल्याने रमेश कामात होता.

सुब्बु मित्रांकडे किंवा बाहेर जाणार नव्हता.

हेमाच्या मनात सुब्बुच्या वागण्याबद्दल अस्वस्थता होती. जेवणं उरकल्यावर दोघं दिवाणखान्यात बसले. थोडा वेळ हेमा गप्प होती, सुब्बु काहीतरी बोलेल असं वाटून; पण तो बोलला नाही. उलट त्याने टीव्ही सुरू केला.

"तुला टीव्हीचा कंटाळा आला होता ना रे?"

"हं." तो हुंकारला. डोळे न वळवता.

पुन्हा शांतता!

"अमेरिकेला गेल्यापासून तुझं बोलणं खूपच कमी झालंय रे? अगदी मोकळं बोलत नाहीस? काही प्रॉब्लेम आहे का?" ती रेटून म्हणाली.

तो असं का वागतोय याचं उत्तर तिला पाहिजे होतं.

"नाही बाऽऽ" करत त्याने जांभई दिल्यासारखे केले.

एरवी त्याच्या अशा वागण्याने तिने बोलणे थांबवले असते; पण त्या दोघांना जो एकांत मिळाला होता तसा पुन्हा कधी मिळेल यावर तिचा विश्वास नव्हता. कारण ती एकटी असेल त्या वेळी तो दुसऱ्या खोलीत जाई.

"प्रॉब्लेम नाही तर गेल्या आठ-नऊ वर्षांत तू खूपच अमेरिकनाइज्ड झालास म्हणायचा. मला तर तिथला अनुभव नाही." ती म्हणाली.

"कसा असणार? त्यासाठी यावं लागतं. तुला तर नातीच्या जन्मानंतरही वेळ नव्हता."

"अरे तो ग्रामीण स्त्रियांच्या जीवनावरचा प्रकल्प होता. पर्यावरण आणि त्याला डब्ल्यू.एच.ओ.ने अर्थसाह्य केलं होतं. मी तीन वर्षांपूर्वी तो प्रकल्प करेन असं कबूल केलं होतं. कसं करणार? शिवाय तुझ्या सासूबाई..."

त्याने तिला तोडत म्हटलं.

"ती तर माझ्या सासूची नात आहे ना! पण."

'तुझ्या सासूलाच येण्याची इच्छा होती; त्यामुळे त्यांनी घोडं दामटलं आणि तीन महिन्यांनी तुम्ही या म्हणून त्या सहा महिने राहिल्या.' हे म्हणणं तिच्या तोंडावर आलं पण ती गप्प बसली.

"आता येईन ना." ती बळेच म्हणाली.

"बघ. कारण छोटी आता नर्सरीत जाईल. घरी कुणी नसेल." त्याचं हे म्हणणं म्हणजे नको येऊ म्हटल्यासारखंच होतं.

"ठीक आहे. पुढे कधीतरी."

"कधीही या. घर तुमचंच आहे."

तिने विषय बदलला.

"तुला रणदिवे काकू आठवतात? गेल्या मागच्या महिन्यात. खूपच चांगल्या होत्या."

त्याने हुंऽऽ केलं. मग म्हणाला, "घरगुती होत्या. मायाळू होत्या. त्यांच्या मुलाचं किती करायच्या? मी गेलो तर गरम फुलके करून वाढायच्या." तो म्हणाला.

ती थक्क झाली.

"दुसऱ्यांनी खाऊ घातलेलं याला आठवतं आणि आई म्हणून मी केलेलं?"

तिला आठवलं. एका दुपारी सुब्बु नाराज चेहऱ्याने बसला होता. तिने खोदूनखोदून काय झालं हे विचारलं; पण तो बधला नाही. वरवर काहीतरी सांगून गेला; पण नंतर आप्पा म्हणाले, "तुला येतं का चॉकलेट बनवायला. सूनबाई?"

"का?" तिने आश्चर्याने विचारलं होतं.

"नाही. सुबड्या सांगत होता की, रणदिवे का कुणी काकू आहेत, त्या त्यांच्या मुलासाठी तयार करतात म्हणे!"

"त्या घरीच असतात; त्यामुळे केक्स, चॉकलेट्ससारख्या गोष्टी करत बसतात." हेमा वैतागून म्हणाली.

"अगं गुळपापडीचे लाडूही छान करतात. हिला पाठवले होते सुबडीबरोबर."

"कधी? मला बोलला नाही ते? आणि काय काय देतात त्या?" हेमा म्हणाली.

"सुबड्याला काही काही देत असतात. तुला करिअर करायचंय तुला कुठून वेळ मिळणार असं त्यांना वाटत असेल. म्हणजे तुझ्याबद्दल ऐकून असतील; पण लेकरं ती लेकरंच ना. त्यांना 'आई' हवी असते, त्यांचे हट्ट पुरवणारी. माया करणारी; त्यामुळे सुब्बु जात असेल त्यांच्याकडे." आप्पा म्हणाले.

“अहो पण आप्पा, मी सगळं करते सुब्बुचं. वेगवेगळे पदार्थ करून घालते. रोज तासभर बसून अभ्यास घेते. त्याची शाळा, व्यायाम, कपडे...” तिला पुढचं बोलवेना.

“हो हो,” आप्पा म्हणाले. “पण अभ्यासाचा तास शिस्तीचा असतो. त्याला तुझी शिस्त जाणवते आणि पदार्थ भले जरी तू सांगितलेस तरी करतो स्वयंपाकी. वाढतो नोकर. तुला नोकरी, समाजकार्य, मीटिंग्ज, मोर्चे, सेमिनार, पार्टीजमधून कधी वेळ मिळणार करायला? पण समाजाची रचना बदलली. एकविसावं शतक चालू आहे ना? बायकांना मनासारखं करायला मिळतंय. मग ही पूर्वीची कामं कशी जमणार? शिवाय त्यात कमीपणा वाटतो.”

तिने आप्पांना मनोमन हात जोडले. म्हणाली, “कायम एका भूमिकेत जखडवलंय बाईला. तिने वेगळं काही केलेलं चालत नाही, अशी ओरड होते; ती खोटी नाही. अगदी सुशिक्षित, सुसंस्कृत घरातही.”

आप्पांनी तिच्याकडे तीव्र नजरेनं पाहिलं. त्यांचा निषेध तिने जाणला. रणदिवे काकूंबद्दल तिला राग आला होता. असूया वाटली होती. नंतर धडपडून तिने त्या सगळ्या खाण्याच्या गोष्टी बनवल्या होत्या, ज्या रणदिवे काकू बनवायच्या; पण सुब्बुने त्याकडे दुर्लक्ष केलं होतं.

एकदा गुन्हा केला की तो गुन्हेगारच, हा सुब्बुचा विचार असावा. कुणालाही तो दुसरी संधी देत नसेल का?

हेमाच्या डोक्यात एकदम प्रकाश पडला. सुब्बु तिला आई म्हणत नव्हता. तिच्याशी मायेने वागत नव्हता. जवळ बसून कधी ‘आई तू कशी आहेस गं?’ असं विचारत नव्हता. तिला आजारी असताना फोन करत नव्हता. तिच्या तब्येतीची विचारपूस करत नव्हता. तिला आवर्जून माझ्याकडे राहायला ये म्हणत नव्हता. फोनवरच्या संभाषणात इतका त्रोटकपणा असे किंवा इतका शुष्कपणा असे की, तिला संभाषण पुढे नेताच येत नसे.

“कसा आहेस?”

“ठीक.”

“तब्येत बरी आहे ना?”

“चांगली आहे.”

“जॉब कसा चाललाय?”

“नेहमीसारखा.”

अशी दोन-चार प्रश्नोत्तरे झाली की, तो हमखास म्हणे, “जरा घाईत आहे मी. नंतर बोलतो.”

ते ‘नंतर’ कधी येत नसे. नंतरचा फोनही तीच करे.

तो दुरावा तिला खटके. डोळे भरून येत. मनाला पीळ पडे. रक्ताळलेल्या मनाने ती देवापुढे जाऊन बसे. रमेशशी या विषयात बोललं तर,

‘अगं तो तसाच आहे. माझ्याशी तरी कुठं बोलतो? आम्हाला इतर विषय असतात बोलायला, तो तेच बोलतो.’

हेमाला वाटायचं ती स्वतःही सगळ्या विषयावर बोलू शकते. मग सुब्बु तिच्याशी का बोलत नाही? तिची काळजी का करत नाही. साधी विचारपूस तरी?

तिला गरीब पत्रकार संदीप आठवला. त्याचे आई-वडील आले होते, तेव्हा सायकलवर फिरणारा पत्रकार आईला घेऊन सरकारी दवाखान्यात गेला होता. चार-पाच तास थांबून तिच्या तपासण्या केल्या होत्या. दुपारी कँटिनमध्ये तिला खाऊ घातलं होतं. त्याच्या आर्थिक स्थितीनुसार मोठ्या खासगी दवाखान्यात तिचं ऑपरेशन करणं शक्य नव्हतं. नऊवारीतली, दुसरी पास, गरीब चेहऱ्याची त्याची आई नेहमी तिला आठवे आणि बरोबर हात धरणारा, चढणारा, उतरवणारा, काळजीने खाऊ घालणारा संदीप. वाटे आपल्या नशिबात एवढंही नाही? पिळवटून टाकणारे विचार.

सुब्बु समोर बसला होता.

आणि त्याच्या दृष्टीने दिलेली भूमिका परंपरेनुसार न पार पडलेली ती बाई त्याच्यासमोर बसली होती. पराभूत एकविसावे शतक कोपऱ्यात उभे होते. आपली परंपरा पाय रोवून विजयी चेहऱ्याने उभी होती.

हेमाला तशाही स्थितीत थोडं हसू आलं. तिला एक रशियन गोष्ट आठवली. ती सुब्बुला तो अगदी लहान असताना चित्र दाखवत वाचून

दाखवे.

गोष्ट एका शेतकऱ्याच्या शेतातल्या सुरणाची होती. त्याच्या शेतात लावलेलं सुरण इतकं पोसलं, आकाराने इतकं वाढलं की, शेतकरी उपटायला गेला तरी ते उपटलं जाईना. मग त्याने मदतीला एक शेतकरीण बोलावली. तिने शेतकऱ्याच्या कंबरेला धरलं दोघं मिळून ते उपटू लागले; पण ते वर येईना. मग त्यांचा कुत्रा झुआक्काने शेतकरणीला धरलं. तिघं उपटू लागले. मग त्यांची मांजर लिची मदतीला आली. त्यांनी एकमेकांना कंबरेत पकडत रेल्वेसारखी साखळी केली. ते सुरणाची पाने धरून ओढू लागले. शेवटी टिकू नावाचा उंदीर आला. सगळे मिळून ते सुरण ओढू लागले. तरी सुरण हलेना. सगळे टिकूला म्हणाले, आता तूच जोर लाव. सगळ्यांनी जोर लावला. सुरण जमिनीतून बाहेर आले.

हेमाला वाटलं, आता स्त्रियांच्या उद्धारासाठी, परंपरेतून बाहेर येण्यासाठी अशा टिक्कूची किती शतकं वाट पाहावी लागणार आहे, समाज जाणे. अनादी काळापासून वीस, एकवीस, बावीस इ.इ. शतकं अंग चोरून घेऊन या समाजापुढे असहाय उभी आहेत आणि समाज सुधारणेच्या घोषणा गगनी भिडल्या; त्या विरोधाभासात शेवटचा टिकू कुठे याचा शोध घेणं गरजेचं झालं आहे.

■

**"नाव काय गं** तुझं?"

"दिया."

"दिया मिर्झा? ती नटी!" मी हसत म्हणाले.

तिनेही हसत मान डोलवली.

खरं सांगायचं तर तिचं नावही मला नीट कळलेलं नव्हतं. शकुंतला असावं किंवा आशा - मीना असंच काहीसं. काम आणि पगार ठरला. तिनेही लगेच कामाला सुरुवात केली. तीन-चार दिवस नियमित आली. हाक मारण्याची गरज पडली नव्हती.

आणखी दोन-तीन दिवस गेले. मग साधारण तिच्याएवढीच मुलगी आली. गोड दिसणारी. लांब केसांची वेणी घातलेली. मधाळ हसत ती म्हणाली, "योगिनी आलीये?"

"कोण? या नावाचं इथे कुणी नाही."

## विसकळीत

"तुमच्याकडे काम करतेय ना? माझ्या वयाची? ती तर म्हणाली तुमच्याकडे लेखनिक म्हणून काम करतेय."

मला आठवलं.

"कपाळावर केसांची बट ओढते का?" मी.

"हो, तीच. नवीन पद्धतीची वेणी घालते. केसांच्या छोट्याछोट्या बटा घेऊन. खूप वेण्या आहेत. स्मार्ट आहे. खूप बडबड करत असते."

नवीन मुलगी पुन्हा मधाळ हसली.

"ती होय? पण तिचं नाव तर दिया आहे."

"नाही नाही." मान आणि शेपटा हलवीत कुरळे केस हाताने मागे सारत मोठ्यांदा ती म्हणाली,

"योगिनी नाव आहे तिचं. तुम्हाला दिया सांगितलं?"

मी मुकाट मान हलवली. तिला फारसं आश्चर्य वाटल्याचं दिसलं नव्हतं.

"तिचं खरं नाव काय आहे? शकुंतला का?"

"नाही, योगिनी."

"पण मला तर दिया सांगितलं."

"असेल," ती बेफिकिरीने म्हणाली, "तिला आवडत असेल."

मी मात्र ही मानसिकता पाहून चकित झाले.

"काय काम आहे तुझं?"

"काम तुमच्याकडेच आहे. मी दुर्गा."

योगिनी म्हणाली, "तुमच्याकडे काम आहे. मी करीन. चहा, नाश्ता किंवा पोळ्याही."

"बरं."

"किती तास काम? पगार काय? सुट्ट्या किती देणार? पावसा-पाण्याचं, दुखलं-खुपलं, घरगुती अडचणी आल्या तर खाडे धरायचे का? कधी येण्या-जाण्याचे पैसे देणार का?"

तिचं सरळसोट बोलणं. तिचं वय, अनुभव वगैरेशी संपूर्ण विसंगत. एखाद्या बाहुलीसारखी मान डोलवून मी 'हो' - 'नाही' म्हणत राहिले.

दुर्गा मला दियाइतकीच आवडली.

दिया आली होती, तेव्हाचा प्रसंग मला आठवला.

दिया आली होती तीही दुर्गासारखीच; झंझावाती!

बेल वाजली. मी दार उघडलं. समोर एक तरुण मुलगी उभी होती. सोळा ते अठराच्या दरम्यानची. सावळा रंग. मध्यम उंची. अंगावर साधारण कपडे. पंजाबी ड्रेस. अतिशय शिडशिडीत. पायात चांगल्याच आधुनिक चपला. थोड्या चकाकत्या. कुणीतरी दिलेल्या असाव्यात. कारण तिला थोड्याशा मोठ्या झालेल्या.

फार सुंदर नाही म्हणजे नाकाच्या जागी नाक डोळ्यांच्या जागी डोळे; पण चेहरा अतिशय प्रसन्न आणि डोळ्यांमध्ये चमकेबरोबर एक हसरा मिश्कील भाव.

तिचे नाक, डोळे जाणवण्याआधी जाणवली ती तिची केशरचना. आफ्रिकन निग्रो स्त्रिया करतात तशा छोट्याछोट्या पण असंख्य वेण्या घालतात तशा तिने घातलेल्या. फरक फक्त समोरच्या कपाळापासून न घालता साधना कटसारखे केस कपाळावर ठेवून मागच्या केसांच्या वेण्या घातलेल्या, हे तिचं ठळक वैशिष्ट्य.

तिच्याशी काही बोलण्यापूर्वी उजव्या हाताने कानावरचे केस कानामागे टाकण्याची तिची लकब दिसली.

"मला काम पाहिजे. कसंही चालेल. धुणं-भांडी, झाडू-पोछा. देऊ शकता? किंवा लेखनिक, रिसेप्शनिस्ट असंही चालेल."

मी थक्क! प्रस्तावना नाही. कुणालाही असं धट्टपणे काम मागणं?

"धुणं-भांडी? अजून कुठं करतेस का?"

तिने हसून मान डोलवली.

मला मात्र अशी शारीरिक कामं करून, इतक्या छोट्या वेण्या घालायला हिला वेळ केव्हा मिळत असेल अशी शंका.

"ओळखपाळख असल्याशिवाय कसं ठेवून घेणार?" माझा प्रश्न.

"ठेवून घ्याल तेव्हाच तर ओळख होईल ना. असं तर मला गरज नसती तर आत्ता झाली एवढीही ओळख झाली असती का?"

आता ती वयाने मोठी आणि मी जशी लहान. मग मीही आज्ञाधारक नकारार्थी मान हलवली.

वास्तविक मला गरज नव्हती; पण लिखाणाचं, वरचं बँकेचं काम होतं. त्याला जोडून चहा-पाणी करू दिलं तर हिला ठेवून घेता आलं असतं. तेच मी केलं. ती मला आवडली.

"उद्यापासून ये." पगार वगैरे ठरवल्यावर मी म्हणाले. नाव विचारायचं विसरले.

तिने मला दिया म्हणा असं म्हटल्यावर मीही प्रामाणिकपणे तिला त्या नावाने हाक मारू लागले. ती खूश झाली. माझा स्वभाव तिला जाम आवडला असावा.

दुर्गाने दियाच्या नावाचा रहस्यभेद केल्यावर तिच्या अगोचरपणाचा मला राग आला.

"तुझं नाव योगिनी आहे मग दिया कशाला? चांगलं आई-बापांनी दिलेलं नाव आहे ते सोडून हे काय?"

माझ्या नाराजीकडे तिने साफ दुर्लक्ष केलं.

"हे माझ्या आवडीचं नाव आहे. त्यांनी ठेवलेल्या नावाची बळजबरी कशाला? ते नाव त्यांना आवडलं; त्यांनी ठेवलं. मला हे नाव आवडलं; मी ठेवलं. यात चूक काय आहे? आपल्याभोवती सगळे आपापली ठेवलेली नावं स्वतःबरोबर ओढतात. त्यांना ती आवडतात का याचाही ते विचार करत नाहीत. नाही आवडली तरी वागवतात. आपलं शरीर जर आपलं असेल तर आपल्याला पाहिजे ते नाव का

नाही द्यायचं? असं केल्याने मी काही आईचा अपमान केलेला नाही.''

आपल्या वक्तव्यावर ती ठाम होती.

प्रस्थापिताला आपण फार मोठा धक्का पोहोचवतोय हे तिच्या ध्यानीही नव्हतं.

''दुर्गा कुठे बदलतेय नाव? ती तुझी मैत्रीण आहे ना?''

''ते तिचं थिंकिंग आहे. ती थोडी घाबरट आहे.'' दिया.

''थिंकिंग? हा काय प्रकार आहे? वय काय गं तुझं?'' मी.

''का? थिंकिंग वेगळं नसतं? माझ्यासारखी शंभर टक्के ती कशी असेल? ती दहा ते शंभर टक्क्यांच्या मध्ये असेल. तशी ती आहे. तेच ठीक आहे. नाहीतर उगाच आव आणल्यासारखं व्हायचं. जे आपल्यात नाही ते आहे, असं कशाला दाखवायचं? हे थिंकिंग म्हणते मी. ते खोटं असेल, तसं खोटं कशाला जगायचं?'' दिया

मी तिच्याकडे नुसतीच पाहतेय हे लक्षात आल्यावर तिने तिथेच खाली ठाण मांडलं.

''मी खरं बोलतेय ना? आपण जे नसतो तसं कशाला करायला जायचं? आता शेजारच्या काकू आहेत ना? म्हणजे तीन बिल्डिंग पलीकडे, त्यांच्याकडे मी सकाळी दोन तास काम करते. त्या देवाचं खूप करतात. खूप म्हणजे खूप. त्यांच्याकडे ते कपिलेश्वर महाराज येतात. ते येणार म्हणजे एकच धूम. मला दिवसभर राब. ते महाराज काय काय सांगत राहतात. अलिप्त व्हा, मोह धरू नका. परमेश्वर चिंतनात वेळ घालवा. मला गंमतच वाटते; त्या काकूंचं हे एक बेडरूमचं घर सुटत नाहीये. पैसा मिळत नाहीये ही चिंता. ते मोह करू नका म्हणतात आणि चिंतन करायला काय? काम कधी करायचं? मग त्या देवानं ते काम करून टाकावं ना.'' ती. ''जनाबाई फिनाबाईची उदाहरणं किती दिवस देत बसणार? आत्ता दाखवा ना चमत्कार. कुठं दिसतोय का? आपण मात्र तोच आपला उद्धार करणारा माणूस म्हणून त्या बेजान मूर्ती धरून ठेवायच्या?''

''कुठं शिकलीस?''

''म्युनसिपालटी शाळा नं. १६. मोठ्या शाळेत जायचा प्रश्नच नव्हता. वडील नव्हते ना, म्हणजे होते; पण आईला टाकून गेले. मग तिने मला माहेराजवळच्या रहाटगावला ठेवलं. तुम्ही हे का विचारताय?

मी अशी बडबडतेय म्हणून?''

किती अवघड गोष्ट या मुलीने किती सहज सांगितली. मी बोलले नाही. मी नुसतंच पाहिलं.

''आईनं काय करायचं? त्याला म्हणजे वडिलांना मोकळीक होती. हिला नव्हती. ही माहेरी गेली; पण कधीतरी हिमतीने राहायचं ठरवलं. मी दुसरीत होते. मला एका अनाथ वसतिगृहात टाकलं. ती वेगळी राहत होती. मी दहावी झाले. आता आम्ही दोघी राहतो.''

मला खूपच उत्सुकता होती; पण लगेच खोदून विचारणं प्रशस्त वाटलं नाही.

''त्या पलीकडच्या बिल्डिंगमधल्या काकूंचं काय?'' मी विचारलं.

''हांऽऽ तुम्ही म्हणालात ना. दुर्गाबद्दल, ते सांगत होते. घरात देव देव खूप करतात. इतकी भांडी पडतात. धड घासायला काही देत नाहीत, ना लिंबू ना चिंच किंवा पितांबरी. मात्र, भांडी चकाचक पाहिजेत. कसं होणार ते?'' ती हसू लागली. ''तर गेल्या महिन्यात ते महाराज येणार होते. कायतरी कार्यक्रम होता. माझ्या आईलापण बोलावलं. त्यांची पूजा केली. हार घातला. पुढे पेढे ठेवले. फळे ठेवली. मग सगळ्यांनी दर्शन घेतलं. काकू आईला म्हणाल्या, 'तुम्ही यांना गुरू करा. चांगले दिवस येतील.' नशीब तिने काही केलं नाही. तिची चिंता अशी की, यांना हार-फुलं, पक्वान्नं, फळं, कपडे कुठून आणून द्यायचे? मी म्हटलं, 'चांगलं केलंस. तुझं काय चांगलं करणार? तुझ्या आधी काकूंचा नंबर आहे. त्यांचं बरं करा म्हटलं.' अहो, निदान पितांबरी तरी नियमित मिळेल.'' असं म्हणत ती पोट धरून हसायला लागली.

तिला दटावत मी म्हणाले, ''ते चांगल्या मार्गाला नेताहेत ना? वाईट तर काही करत नाहीत?''

ती पुन्हा हसायला लागली.

''काय चांगला मार्ग?''

''आत्मोन्नती होते. मनाचा विकास होतो. सद्भाव तयार होतो. सत्त्वशीलता येते.'' मी म्हणाले.

''काय मॅम; तुम्ही पण! तुम्ही तर खूप शिकलाय ना हो? आम्ही काम सोडून हे सगळं केलं तर आमची पोटं कोण भरणार? शिवाय

एका माणसाने दुसऱ्या माणसाचीच पूजा करायची? अन् पुन्हा तेच सांगणार की, तो परमात्मा सगळ्यांत आहे. मग अंश आहे ना आपल्यातही, वाढेल ना तो परिस्थितीनुसार. मी आईला म्हटलं, 'तुला काय करायचं ते कर,' मला नाही आवडत."

मी हसले.

"लहान आहेस अजून." म्हणत विषय टाळला.

दुर्गा आणि दियाला मी पुस्तकांच्या कपाटाची स्वच्छता करायला दिली. एक एक पुस्तक काढून त्याची धूळ पुसायची. त्याला सिल्व्हर फिश किंवा चाई, कीड लागली नाही ना हे पाहायचं आणि पुन्हा लावायची. त्या फटाफट कामाला लागल्या. अर्ध्या-पाऊण तासांनी त्यांचा आवाज येईना, तेव्हा मला चुकचुकलं. मी खोलीत जाऊन पाहते तो पुसायची फडकी बाजूला आणि दोघींची डोकी पुस्तकात. दुर्गाने डोकं वर केलं. मला पाहताच ती अपराध्यासारखी उठली. तिने दियाला धक्का दिला; पण दिया उठली ते उत्साहात.

"काय मॅम, तुमच्याकडे केवढी पुस्तकं आहेत. ती सगळी कोंडून ठेवलीयेत. आम्हाला वाचू द्या की."

"रोज झटकत होतीस तेव्हा नाही वाटलं, आता उगाच दुर्गा आली म्हणून सुरू झालं वाचन." मी

दियाने दुर्गापुढे हात जोडले. म्हणाली, "दुर्गाबाई, तुम्ही महान आहात. तुम्ही आम्हाला हे दार उघडून दिलं." हे करताना तिने डोकं झुकवलं आणि क्षणभर तिच्या बारीक वेण्यांच्या रेघांतील कातडीवर मला एक चकचकीत छोटा ठिपका जाणवला.

तिला थांबवत मी म्हणाले, "डोक्याला खोकबिक पडली का गं?"

तिने डोक्यावरून हात फिरवला. नाही म्हणाली.

बघू, बघू म्हणत दुर्गाने तिचं डोकं खाली केलं. "मला दिसत नाहीये खूण. एक चिंचोक्याएवढा डाग आहे. तुझ्या या ताणलेल्या वेण्यांना डिंक लावून ठेवतेस का गं? या विसकटत कशा नाहीत?"

दोघी एकमेकांना ढकलत हसत राहिल्या.

वास्तविक त्या काम करत असताना ठिय्या देऊन बोलत बसायच्या. मला वेळ नव्हता आणि मी बोलायची नाही; पण दुर्गा आणि दिया

याला अपवाद होत्या. त्यांच्या येण्याने घरात चैतन्य आल्यासारखं वाटायचं. अर्धा-पाऊण तास चांगला जायचा. त्या दिवशी व्हरांड्यात दोघी बोलत बसल्या होत्या. खालच्या आवाजात माझी उत्सुकता! "काय चाललंय गं?"

दोघींनी माना हलवल्या.

मी खनपटीलाच बसले.

"तिला विचारत होते, मुलगी सांभाळशील का?" दुर्गा.

"मुलगी कुणाची? तुझ्या नात्यातली आहे का?" मी.

"नाही, नाही. मी काम करते त्यांची मुलगी आलीये सुट्टीत. तिला दीड वर्षाची मुलगी आहे. ती आहे तोवर सांभाळायची." दुर्गा.

"छे, छे! हॅऽऽ आपल्याला जमायचं नाही." दिया झिडकारल्यागत म्हणाली.

"का गं? मुलं गोड असतात. आनंद वाढतो घरात."

"काय बोलताय मॅम," ती नेहमीसारखी ओरडली. "मला अज्जिबात आवडत नाहीत. एवढी पिरपिर रे देवा. शेंबडी, हगरी आणि रडकी! त्यांना सारखं कडेवर घेऊन हिंडायचं. कोण म्हणतं, यात आनंद असतो. आनंदफिनंद काही नसतं. जाम वैताग देतात. चिमकोरे काढतात, मनासारखं झालं नाही तर चिरकत, ओरडत राहतात. का गं दुर्गा, शाळेत सांगतात आपल्याला 'मुलं ही देवाघरची फुलं' म्हणजे देवाजवळच असतात तोवरच; इथं मात्र सैतान!"

"यांची नात स्वच्छ आहे. शांत आहे. मुलगी अमेरिकेहून आलीये." दुर्गा समजावत म्हणाली.

"मग तूच सांभाळ तसं. पोर तं मुळीच नको. मी पाहिलंय ते. मी काम करत होते बंगल्यात. त्यांची सून आली होती अमेरिकेहून. बाप रे. दिवस-रात्र स्वछता! मुलासाठी वेगळा फ्रीज घेतला त्यांनी, छोट्याला संसर्ग होऊ नये म्हणून. घे ऐकलंय का असं? चादरी नव्या, टॉवेल नवे, भांडी उकळून, बाथरूममध्ये फिनाइल, डेटॉल आणखी काय त्यांनी आणलेली औषधं; वासच वास! शक्य असतं तर वेगळं बाथरूमही बांधलं असतं. यांचे बापजादा डब्बा घेऊन शेतात नाहीतर मोकळ्या हागणदारीत जात होते, हे त्यांच्या लक्षात आलं नाही. येतात कशाला इथं? मॅम, मागे तुम्ही सांगत होता ना कुणीतरी

म्हटलंय की, भारत ही मोठी हागणदारी आहे.''

''कित्ती बोलतेस तू!'' मी म्हणाले.

''खरं बोलतेय ना? हे बाहेरच्या देशात गेलेले लोक. गेलात ना तिकडे? मग सारखं माझं घर, माझी माणसं करत खेटायला तर यायचं; पण इथलं काही आवडत तर नाही. फक्त स्वतःपुरतं पाहणार. उरलेल्या भारताचं काय?''

''मेरा भारत महान!'' दुर्गा म्हणाली. ''या लोकांची मनं लहान. आणखी काय?''

''ते काय करतील? एवढ्या मोठ्या देशाला शिस्त लावता येत नाही आणि सुधारताही येत नाही. गरिबी, भ्रष्टाचार, चंगळवाद, अत्यल्प सोई, भरीत भर टेररिझम आणि मिलिटंट्स'' मी म्हणाले.

दोघी माझ्याकडे गंभीरपणे पाहत होत्या. मग दुर्गा म्हणाली, ''रोज येतंय पेपरात.''

त्या गंभीरपणे पेपर वाचतात ही मला न्यूज होती.

''काय चुकलंय विरोधात उभं राहणाऱ्यांचं? म्हणजे मी नक्षलवाद्यांचं बोलते, धर्माने पछाडलेल्यांचं नाही. त्यांना सोई नाहीत, शिक्षण नाही; नोकऱ्या नाहीत. पोटभर अन्नासाठी वणवण आहे. त्यांच्याकडे कुणी लक्ष देत नाही. त्यांना मिळणाऱ्या पैशातून मधलेच लोक पैसा खाणार. माझा त्यांना पाठिंबा आहे.''

''काय?''

''मग? आपण एकाच बाजूने विचार करतो. पेपरात येतं तेच खरं मानतो. आपलं डोकं 'पॅक' करून टाकलंय.''

''दिया?'' माझ्या चेहऱ्यावर आश्चर्य होतं. ती इतका विचार करू शकत होती? म्युनसिपालटी शाळा नंबर १६? ''केव्हा केलंस दहावी?''

''तीन वर्षं झाली.''

''म्हणजे कॉलेजात गेली असतीस तर फर्स्ट इअरला असतीस. तरीही-''

''कॉलेजात गेलं तरच कळतं का? ही जातेय ना. तुम्ही सगळेच गेलात. रोज ही टोळकीच्या टोळकी जाताहेत; पण त्यांना आजूबाजूचं कळतं का? अहो, त्यांच्या डोक्यात साधा विचारही येत नाही.''

मला तिचं कौतुक वाटलं.

“एखाद्या पक्षात शोभली असतीस तू. लीडर झाली असतीस. थोडी कमी हसलीस तर गंभीरपणे घेतील लोक तुला. चांगला मॉब जमवशील. भरपूर शिष्य मिळतील.”

माझ्या या म्हणण्यावर दुर्गा एकदम म्हणाली,

“ही जाते ना संतरामच्या ग्रुपमध्ये. हो ना गं? रोज रात्री सात-साडेसातला हे सगळे एकत्र जमतात. पुष्कळ पोरं-पोरी आहेत. ही चांगली सपकून बोलते त्यांच्यात. मी कधीमधी जाते. ते संतराम खूप चांगलं बोलतात. समजावून सांगतात. गरजू तरुण मुलं-मुलींनाही ते मदत करतात. समाजधर्म चळवळ.”

“मॅम, आम्ही एकत्र आलो की, ते त्या दिवशीच्या देशभरातल्या बातम्यांबद्दल सांगतात. कसं घडलं. का घडलं. मग इतरांची मतं विचारतात. सगळे बोलतात. कधी कुणी काही विशेष काम केलं तर सांगायचं. कधी कुणी काही ऐकलं-पाहिलं ते सांगतात. एक-दीड तास चालतं.”

“तुला आई काही म्हणत नाही? तिला घरात मदत वगैरे? शिवाय रात्री?” माझी शंका.

“आम्ही जवळच राहतो. कधीकधी आईपण येऊन बसते. आमच्या खोलीजवळ समाजमंदिर बांधलंय, तिथे हॉलमध्ये बसतो. कार्यक्रम असेल तर नाही.” दिया.

दियाच्या जीवनातला हा भाग मला मोलाचा वाटला. डिग्री घेऊनही ज्ञान होतं असं खरंच कुठंय?

“मला घेऊन चल एकदा.” मी म्हणाले.

माझ्या म्हणण्याने त्या दोघी उत्साहित झाल्या.

मग कुठे कुठे जातात, कशी मदत करतात वगैरे सांगत राहिल्या.

“हा देश गरिबांचा आहे, म्हणून केवढा ओरडा करतात; पण त्यांच्यासाठी काही करत नाहीत. करण्याचा आव आणतात. अपघातात नाही तर पुरात वाहून गेलेल्यांना दिलेल्या मदतीच्या चेकचा समारंभ करतात. सगळं पाहून उबग येतो.”

आम्ही सगळ्याच गप्प बसलो.

मग दिया हसायला लागली.

“जाऊ द्या. आपण एकीकडे इतक्या गंभीरपणे चर्चा करतोय

तिकडे हा भ्रष्टाचार, गुंडाराज काही कमी होत नाही. उलट गल्लोगल्ली हे वाढतंय. आपण नुसतीच चर्चा करतोय. हो ना मॅम?''

''झालंय खरं तसं. कोण सुधारणार हे सगळं? विचार केला तर वाईट वाटतं. आमची पिढी तुमच्या पिढीपेक्षा बरी जगली. निदान इतकी स्पर्धा, एवढी कटुता, एवढा स्वार्थ तरी नव्हता. असला तरी इतक्या उघडपणे करायला लोक धजत नव्हते. भ्रष्टाचाराबद्दल राग होता. हिंसाचारासारख्या घटना झाल्या तर आश्चर्य धक्का आणि दुःखं होतं. आता कशाचंच काही वाटत नाही.'' मी खेदाने म्हणाले.

मग दिया जोरात हसायला लागली.

''मॅम, उलट आता लाच घेतली नाही, तर आश्चर्य वाटतं. कुणी मन लावून काम केलं, दंगेधोपे चालू असताना बसेस जाळल्या नाहीत तर आश्चर्य वाटतं. सरकारी ऑफिसात लवकर काम झालं तर आश्चर्य वाटतं; पण आमची पिढी काहीतरी करेल. तुम्ही काळजी करू नका.''

''तू एखाद्या पुढाऱ्यासारखं बोलतेस. आधी तुझे केस, बोलणं, राहणं बदल. मग देशाविषयी बोल. निग्रो बाईसारखी दिसतेस. म्हणजे हडकुळी निग्रो. चार-चौघींसारखी दिसायला लाग म्हणजे चारचौघी तुझं ऐकतील.''

''मेंढरांसारखं ऐकू नकाच, हेच मी म्हणतेय.'' दिया ठामपणे म्हणाली.

''चालू द्या तुमची बौद्धिकं.'' म्हणत मी उठले.

पण दियाशी जमेल तेव्हा बोलणं चालूच राहिलं. मध्यंतरात दुर्गाचं लग्न ठरलं. इतक्या लवकर लग्न नको म्हणून तिच्या आईला मी बरंच सांगितलं; पण आमच्यात असंच असतं म्हणून तिने बोलणं टाळलं.

मध्ये मला कॉलनीतल्या दियाच्या 'काकू' भेटल्या. तिच्याबद्दल त्यांनी खूप तक्रार केली. कामाबरोबर ती जी मतं ऐकवायची त्याचा त्यांना राग होता.

'अगोचर पोरगी. फालतू गोष्टींनी डोकं भरलंय तिचं. असंच चालू राहिलं तर वाया जाईल' म्हणत ती वायाच गेलीय हे सांगितलं. अनेक वेळा मुलांच्या कंपूत हसत, टाळ्या देत गप्पा मारत बसल्याचं त्यांनी आणि त्यांच्या घरातल्यांनी बघितल्याचं त्यांनी सांगितलं. अर्थातच

मला ते गंभीर वाटलं.

एकदा बाहेरून परतत असताना गणपती मंदिराच्या मागच्या पायऱ्यांवर मी तिला पाहिलं. पाच-सहा तरुण मुलांच्या मध्ये बसून ती गप्पांत रंगली होती.

कुठेतरी संशयाची पाल चुकचुकली.

दुर्गाची आई पत्रिका द्यायला आली, तेव्हा मी मुद्दाम विषय काढला.

तिने दियाबद्दल थोडंफार काकूंसारखंच सांगितलं.

"तिची आई का लक्ष ठेवत नाही थोडं? चांगली गुणी मुलगी वाया जाईल अशानं!" मी म्हणाले.

"तिची आई काय लक्ष ठेवणार? तिचीच देखरेख करायला पाहिजे. अर्धवट आहे ती. वेडसर. ठरावीक कामं करते तेवढंच."

मग आवाज खाली नेत ती म्हणाली, "बहुतेक लग्न-बिग्न झालेलं नव्हतं तिचं. तशीच पोटुशी राहिली. तीच ही पोरगी. तिला ना कुणी जातीतले बघत ना नात्यातले. असं ऐकलंय बरं का मी, खरं-खोटं देव जाणे!"

दियाच्या बाबतीतला हा आणखी एक भाग पुढे आला.

तिने माझ्याकडचं काम सोडलं. कॉलेजला जाईन म्हणाली; पण मला माहिती होतं, ती जाणार नाही. मुला-मुलींचा ग्रुप दिसला की, आपोआप माझे डोळे तिला शोधायचे; पण पुन्हा ती दिसली नाही.

परवा काकू भेटल्या. आम्ही दोघीही दियाला जवळजवळ विसरल्यातच जमा होतो. तिचा विषय निघाला तो गमतीने. कोपऱ्यावरचा प्लॉट बांधला गेलेला; तिथं कोण राहायला आलं वगैरे एकमेकींत चौकशी केली एवढंच!

त्यानंतर दीड-दोन वर्षांनी साक्षात दुर्गाच आली माझ्याकडे. तिच्या चेहऱ्यावर तेज नव्हतं. शरीर पूर्ण वाळलेलं. तिच्या नवऱ्याला नोकरी नव्हती. मिळतही नव्हती म्हणून तिनेच खटपटीला सुरुवात केली होती. कंपाउंडच्या बाहेर एक दीड वर्षाचं पोरगं घेऊन, बहुधा नवरा थांबला असावा, अशी मला शंका आली; पण तसं नसावं. मधाळ हसणारी, थोडी धीटपणे बोलणारी दुर्गा तिच्यात उरली नव्हती.

मी तिला बसवून घेतलं. तिच्यासाठी काम पाहायचं कबूल केलं.

मग दियाबद्दल चौकशी केली. मी जे ऐकलं, पाहिलं ते विचारलं. अशा चांभार-चौकशांची मला आवश्यकता नव्हती तरी विचारलं. ती सांगत होती,

"तुमचं काम तिने सोडलं. कारण सोपानकर सरांनी तिला पुढे शिकायला सांगितलं."

"अगं, पण तिला तर कॉलेजमध्ये जायचंच नव्हतं."

"सोपानकरांकडे गेल्यावर त्यांनी तिला एक वर्ष बाहेरून परीक्षा द्यायला लावली. तिला त्यांच्याबद्दल फार आदर होता. त्यांचाच विषय तिने घेतला. अर्थशास्त्र. तुम्हाला आश्चर्य वाटेल पण ती प्राध्यापिका झालीये."

मला आश्चर्य वाटलं. हुशार मुलगी मार्गी लागली असंही वाटलं. तिला त्या सरांनी हे करायला सांगितलं हे ठीकच झालं. म्हणाले, "बरं झालं. तिला बडबड करायला फार आवडायचं आणि दुसऱ्याचं प्रबोधन करायलाही. आता आयतीच संधी आली चालून, तेव्हा तिची जगावेगळी मतंही मुलांना सांगून ती त्यांना विचार करायला भाग पाडेल." मी हसून म्हणाले.

"जगावेगळी मतंच नाही, तसं करून दाखवलंय तिनं." दुर्गा म्हणाली. तिच्या हातात चहाचा कप देत मी म्हणाले, "काय केलंय असं?"

तिचा आवाज गुपित सांगायला होतो तसा कुजबुजल्यासारखा झाला.

"सोपानकरांची बायको अचानक वारली. हिने त्यांच्या देखरेखीचं काम घेतलं. म्हणजे पूर्णच काळजी घ्यायला लागली. मग लोक बोलणारच. तर एके दिवशी तिने चक्क त्यांच्याशी लग्न करण्याची इच्छाच सांगितली."

"काय?" आश्चर्याने मी ओरडले. हे मात्र अति झालं!

दुर्गाचा चेहरा गंभीर होता.

"पुढे काय झालं?"

"लग्न!"

"व्हॉट?" मी

"होय, कारण सगळ्या गोष्टी वेगळ्या करण्याचं ठरवलं तरी ते

सोपानकरांना परवडण्यासारखं नव्हतं.''

"आणि समाजालाही. अगं, पण त्यांना मोठी मुलं असतील ना?''

"एक लग्न झालेला आहे. दुसरा पिलानीला शिकतोय.''

"तू बरीच माहिती ठेवली आहेस.''

"लोकच देतात.'' ती म्हणाली.

"बरोबर आहे. एकदा का असा वेगळा विषय चर्चेला मिळाला की गॉसिपिंग करणारा प्रत्येकजण त्यात भरच घालत राहतो. नसलेला भागही त्यात घुसडतो; पण त्यांच्या मुलांना हा शॉकच असणार.'' मी

"असेल. मला माहिती नाही.'' ती म्हणाली.

दुर्गा गेली. मी सुन्न आहे.

दोघांच्या वयात सुमारे तीस वर्षांचं अंतर असेल. या मुलीला सांगणारं कुणी नसेल. तिची आई मनोरुग्ण असेल तर कोण सांगणार? वेगळ्या पद्धतीने विचार करणाऱ्या मुलीचं हेही वेगळेपण; पण आकर्षण नैसर्गिक! या लग्नाचं काय होणार? बळजबरीने लादलेलं अवघं 'पाऊणशे वयमान' आणि आपणहून स्वीकारलेला हा भाग?

नंतर कधीतरी दिया मला एका मॉलमध्ये दिसली. लांबूनच मी ओळखलं.

जरा घाईने जाऊन मी तिला गाठलं.

तिच्यात ताबडतोब जाणवणारे दोन बदल दिसले. एक तर असंख्य वेण्या जाऊन तिथे नुसतं पोनीटेल आलं होतं आणि दुसरं वाढलेलं पोट.

मी नेहमीसारखीच चकित झाले.

मागे सोपानकर असावेत.

नमस्कारानंतर ते जरा आकसल्यासारखे झाले. त्यांचे रंगवलेले केस आणि आधुनिक कपडे यामुळे वय तेवढे वाटत नव्हते. आमच्यापासून ते थोडे दूर जाऊन उभे राहिले. दिया मात्र तेवढीच उत्तेजित आणि उत्सुकपणे बोलत होती. तिच्या तोंडातून मॅम मात्र गायब झालेलं.

"तू प्राध्यापिका झालीस असं दुर्गा म्हणाली. अभिनंदन!''

"सरांची कृपा. नाहीतर आजही लेखनिकच राहिले असते, तुमचीही. तुम्ही कधी हाताखालच्यासारखं वागवलं नाही.''

ती कृतज्ञतेनं म्हणाली.

"तुझा कुणी हात धरणार आहे का बोलायला? आणि वागायलाही?" मी दुसरा प्रश्न क्षणिक विश्रांती घेऊन विचारल्यासारखं केलं.

ती खळखळून हसली.

"सर तयारच नव्हते; पण आम्हाला जबरदस्त आकर्षण वाटत होतं. वय, मुलं आणि नातेवाइकांना घाबरायचं कशाला? निसर्ग आहे. हो ना? शिवाय मी आता कमावती आहे. त्यांच्या ग्रॅच्युइटीवर वगैरे थोडीच अवलंबून आहे? वुइ वाँटेड टू बी टुगेदर. परदेशात याचं आश्चर्य वाटलं नसतं? प्रत्येकाला स्वतःचं आयुष्य पाहिजे तसं जगता आलं पाहिजे. त्यात समाजाने फार ढवळाढवळ न केलेली बरी आणि ढवळाढवळ तरी काय? मागे बोलत राहणं. ते मी मानतच नाही. जीभ आणि स्वतःची मतं असणारे हे करतच राहणार. तोही त्यांचा अधिकार आहे आणि त्यांचं स्वातंत्र्य."

ती बरंच बोलत होती; पण 'किती बोलतेस दिया!' असं म्हणायला मी धजले नाही. नेहमीसारखीच तिने माझी मुकी बाहुली केली होती. मान डोलवणारी!

तिच्या वाढलेल्या पोटाकडे पाहताना हे तिच्याच अट्टाहासाचं फळ आहे, हे सांगायला कुणी नको होतं!

■

# सुरास्त

**पहाटेचे साडेपाच-सहा** झाले असतील. रोजच्यापेक्षा जरा लवकर चालायला निघालो. रहदारी नसल्यासारखीच होती. माझ्यापुढे पंधरा-वीस पावलांवर एक वयस्कर गृहस्थ चालत होते. चालताना मोठ्यांदा गात होते. मला खरं तर त्यांच्या गाण्याचा राग आला. त्यांचा आवाज भसाडा होता म्हणून नाही तर सकाळची शांतताही उपभोगता येत नाही म्हणून. या माणसाच्या आवाजाने ती फाटत होती. थोडा जवळ पोहोचलो तसंतसं गाणं ओळखीचं वाटेना. चार-पाच पावलंच अंतर राहिलं, तसे शब्द स्पष्ट ऐकायला येऊ लागले. वाक्यंच होती ती फक्त सुरात लावली होती. एवढंच!

मारू नको. मारू नको. मारू नको.
त्या लहानग्याचा दोष नाही गं
दप्तर तुटले, शर्टावर पडली शाई
मारू नको, मारू नको गं बाई
मारायची करते घाई - सटवाई

मी ऐकत होतो. शब्द स्पष्ट नव्हते. त्याचं कारण वय असेल किंवा दात पडल्यामुळे ते तोंडातच विरत होते; पण जवळून कळत होते.

शेवटच्या शब्दाने मी दचकलो. मनात आपोआप प्रश्नांचं भेंडोळं सुटायला सुरुवात झाली.

कुणाला मारू नको? कुणाचं दप्तर तुटलंय? कुणाची विनवणी करताहेत? तिला सटवी का म्हणाले? की, मला नीट ऐकू आलं नाही? मार खाणारा शाळकरी मुलगा होता की मुलगी? पण लहानगा म्हटलंय म्हणजे मुलगा लहान आहे का?

ती सकाळ माझ्या विचारचक्रात गेली. थोडी गंमतही वाटली. दुसऱ्याच्या आयुष्यात डोकावण्याची उत्सुकता जाणवली. त्यांचे गाणे ही माझी खिडकी झाली.

दुसऱ्या दिवशी मी त्यांचा पाठलाग करायचं ठरवलं. त्यांचं नीट निरीक्षण केलं. पांढरा पायजमा. चांगला घोळदार. पांढरा शर्ट. विरळ पांढरे, तेल लावलेले केस. पायात मोजे आणि जुना पंप शू. एकूण पांढरपेशा.

यांचा कोण असेल तो लहानगा? नातू?

ते चालत होते. हातातल्या काठीचा टकटक आवाज होत होता. त्यांचा आवाज जाडाभरडा होता. सकाळच्या शांततेत तो जास्तच उंच वाटत होता, खडकाळ रस्त्यावरून चालल्यासारखा. त्यांना थोडा श्वास लागत होता. चालताना मध्येच ते थांबायचे. एखाद्या इमारतीकडे पाहत उभे राहायचे. मी अंतर सांभाळायचो. एखाद्या हेरासारखं वाटायचं. इमारतीतून कुणी ओळखीचं येणार का? कुणी बरोबर चालत जाणार का? याची उत्तरं नकारार्थी होती. चालायला सुरुवात करताना ते मोठा निःश्वास टाकायचे. ती त्यांची सवय असावी.

बघ, बघ पाणी आलंय

दिसत नाही का?

कोण भरेल? नळ जाईल.

ते गात गेले. बघ, बघ म्हणण्यात दरडावल्याचा सूर होता, तर नंतरच्या ओळीत आज्ञा होती. सगळ्या म्हणण्यात दरारा होता. माझ्या डोळ्यांसमोर पंचाहत्तरीचे आजोबा मळकी विजार घालून बादली घेऊन थरथरत्या हाताने पाणी भरत असल्याचं दिसू लागलं. त्यांना ही कामं करावी लागतात का या कल्पनेने.

लेकरू गोंडस होतं पण

तू केलास भीमाचा सुदामा

बैल करून टाकलंस घाण्याचा

वळ उठले त्याच्या पायावर

त्याने टीव्ही पाहिला ना शेजारी जाऊन

पांडुरंगा, पांडुरंगा ने आता

माझ्या मनात लहान मुलाची प्रतिमा स्पष्ट होत होती. आधी सुदृढ असलेला हा मुलगा कष्टाने वाळतोय. त्याला ती बाई किंवा आई फार कष्ट करायला लावतेय. कदाचित नीट खायलाही देत नसावी. फारच कडकलक्ष्मी असावी. मी उगाच व्यथित झालो. अकारण!

आमची रोजची फेरी आगं-मागं चालली होती. ते आजोबा रोजच गायचे असं नाही. कधीतरी मोठ्यांदा एखादंच वाक्य बोलत. त्यातून मला बोध होत नसे; पण माझी उत्सुकता वाढली होती. एक-दोन दिवस ते आले नाहीत की मीच घाबरा होई. त्यांना काही झालं तर नसेल? आजारी असतील? त्या मुलाला फार त्रास तर झाला नसेल?

ते गावाला गेले असतील? एक ना दोन हजार शंका मनात येत.

मग स्वतःचा राग येई. तीन-चार महिन्यांपासून मी त्यांच्या मागे फिरत गाण्यातून त्यांना जाणून का घेतोय? मी त्यांचं नाव का विचारलं नाही? ओळख का करून घेतली नाही? नुसते अंदाज का बांधतोय? की हा खेळच झालाय माझ्यापुरता?

पाण्यात हात घालून तळ शोधू पाहतोय मी. कधी वाटतं, लागला तळ; मग कळत का नाही अजून.

त्या म्हाताऱ्याचं उन्मुक्त होणं, हे भूतकाळातल्या प्रसंगावरही अवलंबून असू शकतं की. वय झालं की, आठवणींना पूर येतो. जुन्या आठवणींत रमायलाही आवडतं. त्यातून बाहेर यावसं वाटत नाही. एखादीच आठवण मनाशी भोवऱ्यासारखी फिरत राहते. माझ्या आजोबांचं उदाहरण आहे. त्यांनी एकदा बोलायला सुरुवात केली की, इतरांनी झोपी जावं, असं आम्ही म्हणायचो.

तसा मी आतून त्यांच्या बोलण्याला घाबरत असावा. नंतर एके दिवशी ते गायले,

अरे, जागा हो ना साल्या

डोळे उघडून बघ काय होतंय ते -

तुझी कूस नासकी निघाली बाई

ही औलाद घातली -

त्यांच्या मुलाबद्दल असावं, असं वाटतं; पण नंतर कुणाविषयी बोलले? स्वतःच्या बायकोबद्दल? सुनेबद्दल?

गेल्या चार-पाच महिन्यांत माझ्या सकाळी वेगळ्या रंगाच्या झाल्या होत्या. कुठेतरी मी त्या आजोबांच्या बरोबर त्यांचे क्लेश जाणत होतो. उदास होत होतो. आपल्याला काय पडलंय? कशाला त्यांचा विचार जाणवायचा? दुःख जाणायचं? आणि स्वतःचा दिवस खराब करायचा? या विचाराने मी सकाळच्या चालण्याची वेळ बदलली.

सात-आठ महिन्यांनी एका पहाटे ते पुन्हा माझ्या पुढे दिसले. त्यांची तब्येत कृश वाटली. पायजमा मोठा ढगळ होताच. तो आणखी मोठा वाटला. 'झोळीत' असल्यासारखा. आवाजही थोडा क्षीण वाटला; पण कान टवकारले गेलेच. त्या दिवशी ते फक्त

मला कशाला मारती?

मला कशाला मारती?

एवढंच म्हणत होते.

बाप रे! या म्हाताऱ्या माणसाला मारतात की काय? मग मी ठरवलं की, हे कुठे राहतात हे शोधायचं. त्यांच्यामागे मागे चालत गेलो. माझ्या घरापासून ते चार फर्लांगावर राहत होते. त्या मोठ्या इमारतीत यांचा फ्लॅट कुठला हे कळू शकलं नाही; पण इमारत उच्चभ्रू वाटली.

पुन्हा त्यांच्या आयुष्यात न डोकावण्याचा वेडेपणा नको, या कल्पनेने मी वेळा बदलल्या; पण कधीतरी त्यांचा आवाज येईच. कधीकधी तो खूप मोठा, खूप वेळ तर कधीतरी दोन एक ओळींचा असे.

एके दिवशी पहाटे ते माझ्या पुढेच चालले होते; पण आवाज येत नव्हता. सूर नव्हता. चाल मंद होती. मी मागे चालत गेलो. कॉलनीतल्या गवत वाढलेल्या मधल्या जागेत सिमेंटचे फुटके बाक होते, तिथे जाऊन ते बसले. मी परत आलो. मला चित्र वेगळं असल्याचं जाणवलं.

मग पुन्हा ठरवून मी मागे जात राहिलो.

आठवडाभर ते काहीच ओरडत नव्हते. खूप थकल्यासारखे स्वतःला ओढत होते. त्या मोकळ्या जागेत बसत होते. फक्त कधीतरी बसताना 'पांडुरंग' बाहेर पडत होते.

शेवटी न राहवून मी त्यांच्या मागे गेलो आणि त्यांच्याच बाकावर अंतर ठेवून बसलो. थोड्या वेळाने त्यांनी नाक शिंकरून मोकळं केल्याचं मी पाहिलं. त्या आवाजाचा फायदा घेत म्हणालो,

"काय आजोबा? कसे आहात?"

त्यांनी मान हलवली. बोलले नाहीत. डोळ्यांत सपाटून येणारं पाणी पुसत राहिले. मी जवळ गेलो. त्यांच्या हातावर हात ठेवला.

"काय झालं? काही झालं का? तुम्ही गात नाहीत आज-काल."

मी माझा स्वर थोडा विनोदी करत असल्याचं मला जाणवलं; पण त्यांना बोलतं करणं आणि स्वाभाविक ठेवण्याचा तेवढाच मार्ग मला माहिती होता.

"काय गाऊ?" ते हताशपणे म्हणाले. "आणि गाणं कुठलं हो ते?

त्या पोराचा त्रास पाहवत नव्हता! सांगू कुणाला? ऐकायला तरी कुणाला वेळ आहे इथं?''

''तुमचा नातू होता का?''

त्यांनी माझ्याकडे टक लावून पाहिलं

''नात्याचं असलं तरच दुःख होतं का? अहो, सात वर्षांचं लेकरू. विकी. विक्रम त्याचं नाव ठेवलं; पण त्याला फक्त विक्रमी काम करायला लावायचे हो? आई कसली! कैदाशीणच ती. एवढ्याशा लहान पोराला शाळेत जाईतो काम करायला लावायची. मी शेजारी त्यांचा. मी एक्स-आर्मीमन. मिलिटरीत होतो. बायको नाही. मुलगा परदेशात गेलाय. नातवंडंही तिकडंच! नातवंडासारखा हा पोरगा होता. तेवढाच असेल वयानं. मी लेकरू म्हणून त्याच्याशी बोलायचो. कधीमधी चॉकलेट द्यायचो. मी एकटाच; त्यामुळे या पोरावर नजर ठेवायचो. त्याला निरखावं, त्याच्या हालचाली पाहाव्यात असं वाटायचं!''

''मग त्याची आई? सावत्र...'' मी चालत आलेल्या परंपरेनुसार आणि ऐकीव गोष्टींनुसार म्हणालो,

''ती त्याची आई नव्हती. आधी मलाही आईच आहे, असं वाटलं; पण लेकराला एवढं कशी मारेल हो? सपासप मारायची. पोर कळवळून रडायचं. मारू नको म्हणायचं; पण ती हात आवरायची नाही! मी मध्ये जाऊन थांबवण्याचा प्रयत्न केला एक-दोनदा; तर मलाच एक चापट लागली त्याला वाचवताना! इतका राग यायचा, खवळून उठायचा जीव. वाटायचं, तिला बाहेर काढावं आणि - जाऊ द्या. बाहेरून आणून ठेवलेली बाई होती हे खालच्या वॉचमनने सांगितलं. तेव्हापासून त्या पोराला कसं वाचवावं, एवढाच विचार यायचा. कुणाजवळ बोलायला कुणी नाहीच, असे अलिप्त. दिवसभर कान त्या दिशेला. ऐकू नये म्हणून प्रयत्न करायचो; पण भिंत आडवी मध्ये; त्यामुळे बाईची मुक्ताफळं ऐकायला यायची!''

''आणि वडील?'' मी पुटपुटलो. त्यांना बोलताना मला थांबवायचं नव्हतं.

''जास्त करून फिरतीवर असायचा. आला की, बाई कान भरत असेल, हाही लक्ष द्यायचा नाही; पण बापाने थोडे लाड केले तरी. ते पोर बसवून घ्यायचो. माझा जीव गुंतला होता त्याच्यात. ते पोरगंही

'आबा आबा' म्हणत मागेपुढे करायचं. पाय दाबू का? दुखतात का विचारायचं. माझा जीव कळवळायचा. आपण त्याचे लाड करावेत, त्याचे कोवळे, थकलेले पाय दाबून द्यावेत. चोळून अंघोळ घालावी असं वाटायचं. तर पोरंच उलट विचारायचं. मला सवय आहे, मी आईचे पाय दाबून देतो, म्हणायचं. उलटी गंगा. बापाला तर पोर वाढतंय याची जाणीव नव्हती! तो बाईत मग्न. कामी माणूस. कामातुराला ना भय ना लज्जा! ही बाई पोराला कसं वागवतेय, त्याला समजत नव्हतं. मी एकदा-दोनदा सांगायचा प्रयत्न केला; पण परिणाम होत नव्हता. सोडून दिलं; पण सकाळी बाहेर पडलो की, त्या पोराचे हाल आठवायचे. ते सुरात बाहेर पडायचे. आता तो गेला. ते बोल गेले.''

"कसं काय?'' मी पुटपुटलो पुन्हा.

ते सैलावले होते; पण सांगावं की नाही याबद्दल साशंक असावेत.

"तुम्ही कुठं राहता?'' त्यांनी एकदम विचारलं.

"पलीकडे.'' मी हात केला. "तुमच्या दोन गल्ल्या सोडून.''

त्यांनी आश्चर्यानं पाहिलं.

"मी तुम्हाला तुमच्या इमारतीतून बाहेर पडताना पाहिलंय.''

माझ्या सांगण्याकडे त्यांचं लक्ष नव्हतं की काय कळत नव्हतं; पण त्यांनी ऐकून सोडून दिलं.

"कसं काय?'' ते मोठ्ठा श्वास सोडत म्हणाले. "कसं काय?'' पुन्हा म्हणाले. "अहो काय सांगू, विक्रमला ताप आला होता. खोकत होता. बाप फिरतीवर. बाई त्याला डॉक्टरकडे नेईना. शेवटी पुन्हा मी मध्ये पडलो. काय जळजळीत नजरेने पाहिलं तिने. मलाच मरणाचा शाप देत होती! त्याला कोणत्या डॉक्टरकडे नेलं माहिती नाही. त्याच्या बापाला फोन करावा तर बिचाऱ्याने कधी नंबर दिला नाही! काय माणसं! जसं त्या पोराने जगावं हे एकट्या मलाच वाटत होतं. अहो, इतर फ्लॅटमध्ये लेकरं-बाळं असलेले लोक होते; पण त्यांचे डोळे जसे दगडाचे होते. दिसत होतं ते आत घुसत नव्हतं. त्यांच्या डोळ्यांत आणि डोक्यातही; पण माझा जीव त्या लेकरात होता. एवढंसं लेकरू; पण ठसका लागला तर मोठ्या माणसासारखा माझ्या पाठीवरून हात फिरवत होता. पाय दाबत होता. त्या लेकराचं दुःख या छाताडात मावायचं नाही. कुणाला सांगू असं व्हायचं. माझे एक-दोन मित्र

म्हणायचे, 'उगाच कशाला या भानगडीत पडतोस?' दुसऱ्या माणसाचं दुःखं, त्याच्या वेदना ही भानगड असते का हो?''

''विकीचं काय झालं?''

''त्यानं पाहिजे ते काम केलं नाही, म्हणून त्याला रात्रभर घराबाहेर ठेवलं! तापातलं पोरगं कुडकुडत लॉबीत बसलं, घराच्या दाराशी मुटकुळं करून. मग पायऱ्यांवर बसलं. थंडी पडतेय. अंगावर शर्ट. मला उठवलं नाही त्याने. पहाटे चालायला बाहेर पडलो, तर हा दिसला. मला उचलता आलं नाही. म्हातारपणाचा पहिल्यांदाच खूप राग आला. कसंबसं त्याला माझ्या घरात आणलं. रात्री त्या पायऱ्यांवरून थोडेतरी लोक आले-गेले असतील ना? कुणाला दया येऊ नये? कुणी चौकशी करू नये?''

''मग?''

''सकाळीही बाईने चौकशी केली नाही. मीच उपद्व्याप केले; तर त्याला न्यूमोनिया. ॲडमिट करा, डॉक्टर म्हणाले. मी त्याचा आजोबा समजून मलाच रागावले. एवढं होईतो घरी कसे बसता म्हणाले. दोन दिवस ताप उतरला नाही. श्वास लागला त्याला. छाती धपापत होती. पाहवत नव्हतं.'' ते पुन्हा रडू लागले. आता मोकळं रडत होते.

''त्याच्या घरचे?''

''सल्ला द्यायला खूप असतात. ती बाई आली. अलिप्तपणे उभी राहिली. नवऱ्याला फोन केला. त्याला यायला दीड दिवस लागला. तोपर्यंत आमच्या इमारतीतले सगळे शहाजोग सल्ला देत होते. एक समाजकार्यकर्त्या बाई तर म्हणाल्या, 'हे बालकामगार प्रकरण आहे! कोर्टात जा.' कुणी त्याला बालसुधारगृहात नाहीतर वसतिगृहात पाठवा म्हणाले; पण त्याची सध्याची परिस्थिती काय? त्यातून त्याला कसं बाहेर काढायचं, हे करायची वेळ आली की, सगळे पसार झाले. त्याला दवाखान्यात टाकलं; पण सगळ्याच गोष्टींना उशीर झाला होता. बाप तरी धड असावा? कशाला मुलं पैदा करायची हो? जबाबदारीची जाणीव नसावी? का त्या दोघांनाही हे पोरगं नकोच होतं काय की!''

पोराला जिवंत ठेवायला माझा काही उपयोग नाही झाला! फक्त जिवाचा एक लचका तोडला गेला. फार दुखतं मनात. एकटेपण

खायला उठतं. तेव्हा हटकून आठवतो तो. पीळ पडतो जिवाला. गाऊन टाकावं झालं! इथं माझं ऐकायला कुणाला वेळ आहे? आपला चेहरा आपल्याजवळ ठेवतो. लोकांसाठी तर मुखवटाच घालावा लागतो ना! या पांढऱ्या केसांनी एवढं शिकवलंय. आपण आपल्यातच निचरावं; पण आता संपलंय सगळं. त्याचं दुःख. माझं गाणं. माझा आवाज.''

त्यांचं कसं सांत्वन करावं मला कळेना. मनात आलं, विसरतील ते थोड्या दिवसांनी. काळ हेच औषध. त्यांना हे एक काय झालं होतं. थोडा विरंगुळाही. यात वेळ जात होता का, असा अत्यंत व्यवहारी विचारही येऊन गेला. तेवढ्यात ते उठले. त्यांच्या काठीचा आवाज झाला 'टॉक्'. दहा-पंधरा पावलांवर ते थांबले.

पूर्ण वळले.

रडलेल्या तांबड्या ओल्या डोळ्यांनी माझ्याकडे पाहत म्हणाले, ''दुसऱ्याचं दुःख आणि वेदनेचं गाणं तयार होतं हे अजब आहे! करुणेचं मूळ कुठे आहे कळत नाही! आपण आपलं ओलं होत राहणं... तेवढंच हातात आहे.''

■

**हवेलीच्या मोठ्या दरवाजापाशी** आल्याबरोबर प्रभाकाकू थबकल्या. नऊवारीचा ओचा, कासोटा नीट करत त्यांनी लुगडं घोट्यापर्यंत ओढलं. पदर नीट करून दोन्ही खांद्यांवरून घेत सावरल्यासारखं केलं. त्यांच्या हातात फुलांची पिशवी होती ती टेकवून दोन्ही हात केसांवरून सरस केल्यासारखे फिरवले. दरवाजाचा मोठा उंबरा ओलांडून त्यांनी आतल्या लहान चौकात पाय ठेवला आणि तिथेच थबकल्या. आतल्या वाड्यातून कुठलाच आवाज येत नव्हता. एरवी ही सकाळची वेळ कोण घाईची! त्यांच्या अनुभवी मनाला तसल्या गूढ शांततेत नेहमीच काहीतरी दडल्यासारखं जाणवायचं. कातरत गेल्यासारखं. कदाचित म्हणूनच माईसाहेब तिला कितीदा तरी विचारत, 'तुला कसं कळतं गं प्रभा?'

# वेदना चिरेबंदी

पण त्यांना ते कळायचं. त्याचा खुलासा व्हायचा काही काळानंतर. लागलेली हुरहुर बरोबर होती हे कळायचं. आधी फक्त अशुभाचा पायरव जाणवायचा.

गेली तीस वर्षं त्या या हवेलीत येत होत्या.

मोठ्या दरवाजावरची पाना-फुलांची नक्षी आणि चौकटीत बसवलेली पितळी चौफुले त्यांच्या नजरेत पक्की बसलेली होती. उजव्या दरवाजाच्या फळीवर मधल्या चौकोनात मोठी पितळी कडी लावलेली होती; पण ती भली मोठी जाड कडी वाजवण्याचा प्रसंग त्यांच्यावर कधी आला नव्हता. दरवाजा साधा लोटावाही लागत नव्हता. लोटावा लागला होता फक्त दोनदा. ब्रिटिशांच्या काळात स्वातंत्र्यासाठी लढणाऱ्यांना एकदा आश्रय दिला होता तेव्हा आणि मग वतनं खालसा झाली, असंतोष उसळला होता तेव्हा; पण दोन्ही प्रसंग ऐकीव होते.

दरवाजाच्या वरच्या पट्टीवरील दगडात एक सुंदर गणेशमूर्ती कोरलेली होती. दर सणाला त्याला गंध, कुंकू, फुलं वाहिली जायची. मूर्ती एवढ्या उंचीवर होती की, जेमतेम त्याच्या पायाला कुंकू लागायचे. तेही एखाद्या उंच, तगड्या गडी माणसाकडून. श्रीमंत बाबासाहेबांनी कधी टाच उंचावून दर्शन केल्याचे त्यांनी पाहिले नव्हते. गेल्या दीड-दोनशे वर्षांत हवेलीचा एखादा दगडही ढळलेला नव्हता आणि स्वातंत्र्य मिळून पाच-सहा वर्षं झाली तरी बाबासाहेबांच्या न्याय-निवाडा होत

असलेल्या बैठकीचा बाज बदलला नव्हता.

हवेली गावाच्या उत्तरेला थोडी बाजूला होती. गावाबाहेर पडणाऱ्या मुख्य रस्त्यापासून अर्धा-पाऊण मैल अंतरावर. वाड्याचा रस्ताच अर्धा मैल होता. रस्त्याच्या दोन्ही बाजूला दाट झाडी होती. थोडा चढ होता. चढावर आल्यावर सपाट माळावर वाडा बांधला होता. पाच-सहा लांबट पायऱ्या चढल्यावर एक मोठी देवडी होती. मग पुन्हा चांगला रस्ताच असल्यासारखा होता. पश्चिमेला मोठी फळबाग होती. वैभवाच्या खुणा ठायीठायी दिसत होत्या.

प्रभाकाकू सकाळी आठ-साडेआठलाच यायच्या. येताना माळ्याकडून येण्याचा परिपाठ त्यांनी ठेवला होता. माळ्याने ताजी फुलं काढूनच ठेवलेली असायची. एखादं फूल आंबाड्यात खोचण्याचा मोह त्या आवरायच्या नाहीत. दत्ताचा एक हार त्यात हमखास असायचाच.

आज शांततेने त्या थबकल्या; पण सवयीने चौकाच्या पायऱ्या चढल्या. डाव्या हाताला बैठकीलगतची पडवी होती. पडवीतल्या माणसाला आत वाड्यात जाणाऱ्या व्यक्ती दिसणार नाहीत अशी रचना होती. आत बैठकीत बाबासाहेब आणि त्यांचे धाकटे भाऊ बन्सीधरदादा बसायचे.

बैठकीच्या दिशेला एक चोरटी नजर टाकण्याची प्रभाकाकूंची सवय होती. त्यानुसार त्यांनी डोळ्यांच्या कोपऱ्यातून पाहिलं. गर्दी नव्हतीच. मग त्यांनी सरळच पाहिलं. दोघं-तिघं बसलेले दिसले. त्या आतल्या दरवाजातून वाड्यात आल्या. मोठ्या चौकाला तिन्ही बाजूंनी ओसरी होती. त्या सरळ पायऱ्या चढून समोरच्या ओसरीवर पोहोचल्या. त्यांच्या कानाला कुठलाही आवाज आला नाही. पूर्वेकडच्या देवघराकडे त्या नेहमीच जायच्या तशा गेल्या. अजून गोविंदगुरू आल्याच्या खुणा नव्हत्या. सवयीने त्यांनी पाहिलं. फुलांची पितळी परडी घासलेली नव्हती. त्यांना आश्चर्य वाटलं. हे काम राधाचं. या घराची सून. त्यांची नजर भरभर इतर देवांच्या सामग्रीवर गेली. काहीच घासलेलं नव्हतं. वास्तविक राधा नेहमीच हे लख्ख घासून ठेवत असे. मग आज काय झालं? ती लवकर उठली नाही का? की तब्येत बरी नाही तिची? त्यांच्या मनात शंका आली.

पण विचारायला वेळ नव्हता. त्यांनी पदर खांद्यावरून काढून

कंबरेला खोचला. देवाची भांडी गोळा केली. बाजूच्या खिडकीला लागून बाहेर उघडणारा दरवाजा होता. तिथे बसल्या. मीठ, चिंच एकत्र करून खसाखसा भांडी घासू लागल्या. घासताघासता थांबल्या. मघापासून त्या बराच आवाज करत होत्या, तरी आतून माईसाहेबांचा कडक आवाज आला नव्हता. एव्हाना त्या स्वतःच देवघरात आल्या असत्या. प्रभाकाकू तशाच उठल्या. ओच्याला हात पुसत हळदी-कुंकवाचा डबा काढला. त्यांनी मुद्दाम कुंकवाचा डबा ढिल्ल्या हाताने सोडला; मग झाकणही. 'घण्णऽऽ' आवाज झाला. प्रभाकाकू उगाचच वाकल्या.

"अग्गबाई ऽऽ सांडलं की कुंकू ऽऽ" म्हणत बसल्या. तेवढ्यात काम करणारी सोनाबाई दारात उगवली. हळू आवाजात म्हणाली, "अत्ता गं बया! कुंकू सांडलं काय? मोठ्या बाई बोलत्याल आता. गुमान भरून घ्या. मी सारवण करते. प्रभाकाकू तिच्याकडे पाहत कुजबुजत्या आवाजात म्हणाल्या,

"का गं सोने, आज घर फारच थंड वाटतंय."

सोनाबाईने डावी-उजवीकडे कटाक्ष टाकले. मान हलवली.

"इथं बोलन्यासारखं नाईचे. तुमी आवरा. मग बोलू." ती घाईने गेली. त्यांच्या तेवढ्या आवाजाने आणि हालचालीने शांततेस लागलेला तेवढाच धक्का.

प्रभाकाकू आत घरात आल्या. कोठीच्या खोलीतून कुंकू आणावं लागणार होतं; पण कुंकू आणण्यापेक्षा काय घडलंय याची त्यांना उत्सुकता होती. माजघराच्या फडताळातून त्यांनी किल्ली घेतली. देवघराच्या वस्तू घेण्यापुरतीच त्यांना किल्लीला हात लावायची परवानगी होती; अन्यथा माईसाहेबांचा धाक होता. त्यांच्या आज्ञेशिवाय आणि इच्छेशिवाय आतल्या वाड्यात श्वासही घेता येणं शक्य नाही, ही प्रभाकाकूंना खात्री होती.

किल्ली घेऊन त्या वळल्या तर पुढ्यात आईसाहेब. त्या ठाम पण थंडपणे उभ्या होत्या. चेहऱ्यावर करारी भाव होता; पण थोडा गोंधळही.

"कुंकू सांडलंय... ते घ्यायला जात होते." प्रभाकाकू पुटपुटल्या.

कोठीला लागून बाळंतिणीची खोली होती. तशा तीन खोल्या. मोठ्या प्रशस्त. त्या जायला लागल्या तसा आतून केविलवाणा आवाज आला.

राधा...

*त्या थबकल्या.*

खोलीचं दार किलकिलं उघडं होतं. त्यांनी घाईने आजूबाजूला पाहिलं. दाराजवळ सरकल्या. आत राधा उभी होती. रडत होती. हात जोडत होती. तिच्या केसांचा पिळा धरून बाबासाहेब कृद्ध चेहऱ्याने तिला ढकलत होते. न बोलता तिला मारत होते. ती वाकडी-तिकडी होत यातना सहन करत होती. रडूनरडून चेहरा लाल झालेला होता. अजूनही रडत होती. गाल ओले होते. पांढऱ्या ओलसर साडीचा पदर छातीवर चिकटला होता; पण खांद्यावरून ढळून पुढे आला होता. तिच्या छातीचा उभार तिथूनही दिसत होता. कण्हण्याचा आवाज येत होता. प्रभाकाकूंना घाम फुटला. पाय जागीच थरूथरू लागले. आता काय करावं त्यांना कळेना. जमिनीला चिकटल्यासारख्या त्या उभ्या होत्या. त्यांच्या हातातली किल्ली खळखळली. तशी दाराची फट खटकन बंद झाली.

राधाच्या रडण्याचा, दुःखाने कण्हण्याचा आवाज अस्पष्ट झाला.

काय झालंय?

काय घडतंय?

का?

त्यांच्या डोक्यातली चक्रं अफाट गरगरू लागली. कुंकू न घेताच त्या परतल्या.

देवघराच्या दारात गोविंदगुरू उभे होते. ढेरीखाली सोवळं लावलेले. डोक्याचं चकोट असलेले. किडक्या दातांनी ते लाघवट हसले.

''कुंकू देताय ना? आज तुमच्यावर भांडी घासायची वेळ आली? का? राधा वहिनी नाहीत का? की तब्येत बरी नाही?''

ते प्रश्न विचारत होते. त्यांचे डोळे प्रभाकाकूंच्या छातीला चिकटले होते. उघड्या पोटऱ्यांना चाटत होते. किळसेने प्रभाकाकू भरून गेल्या; पण मोठा भाया. न बोलता 'आणते' म्हणाल्यासारखी त्यांनी मान हलवली. मागच्या खोलीतलं कण्हणं, विलाप देवघरापर्यंत ऐकू येत नव्हता; तर हवेलीबाहेर कसा जाणार? प्रभाकाकू चौकात आल्या. त्यांनी त्या तटबंद वाड्याच्या खोल्यांच्या भिंतींकडे पाहिले. त्यांना वर

माळवदावर जाण्याची तीव्र इच्छा झाली. वाड्याच्या बाहेरची तटबंदीची भिंत किती जाड आणि निबरट असेल!

मागच्या अंगणात अन्साबाई बसली होती. दहा पायऱ्या चढल्यावर वाड्याचं दार होतं. दाराकडे वर पाहत म्हणाली,

"बाई..."

तिने पुन्हा हाक मारली.

आज तीन-चार हाका मारूनही कुणी बाहेर आलं नव्हतं. एरवी अन्साबाई अंगणातून मागच्या दारी आली की, कळल्यासारखी फुंदी यायची, हातात भांडी घेऊन. शिळ्या भाकरी, पोळ्या असं शिळं अन्न ती अन्साबाईच्या पाटीत टाकायची.

वाड्यात माणसं थोडीच– बाबासाहेब, आईसाहेब, बन्सीभाऊ, राधा वहिनी; पण जेवणारी तोंड भरपूर. रोज ब्राह्मण, सवाष्ण, मुंजा, कुमारी आणि वाड्यावर काम करणारे बैठकीपासूनचे नोकर, मोलकरणीशिवाय बाहेरच्या खेड्यांतून आलेले चार-सहाजण तर सहज. रोजच्या वीस-पंचवीसजणांच्या स्वयंपाकातून उरणाऱ्या अन्नावर अन्साबाईचं कुटुंब चाललेलं. तिचा नवरा कडुबा कायम गोठ्यावर काम करी आणि खळ्याच्या दिवसांत शेतावर खळ्यात जाई. अन्साबाई वाड्याच्या मागच्या बाजूने येई. वाड्याच्या पुढून कुंपण घातलेलं नव्हतं तरी मागच्या अंगणाला मात्र विटेची भिंत होती आणि एक दार. रोज हे जवळजवळ अर्ध्या एकराचं अंगण झाडायचं काम ती करे आणि दूरच्या कोपऱ्यातले संडास साफ करे. पाणी भरून ठेवी; पण अंगणापलीकडे लागून असाच अर्धा-पाऊण एकराचा भाग होता. त्याला तारेचं काटेरी कुंपण होतं. काटेरी कुपाट्या कुंपणाला लावलेल्या होत्या. तिथं कुणालाच जाऊ दिलं द्यायचं नाही.

एकदा कुशा भिलाचा बाळ्या तारा वर करून, कुंपणाखालून गेला होता. बाळ्या तेरा-चौदा वर्षांचा होता. वांड म्हणून प्रसिद्ध होता. पैज लावून असलं धाडस करायचा; पण हे धाडस त्याला फार महागात पडलं. त्याला अंगणातून सरळ बाहेर आणलं नाही. आत वाढलेल्या कुपाट्या, बोरी-बाभळीतून फरपटत आणलं आणि ज्या काटेरी तारेच्या खालून तो घुसला होता, तिथं आणून त्या जमिनीलगतच्या काटेरी

तारेखालून त्याला ओढलं. त्याचं अंग ओरबाडून, सोलून निघालं होतं. बन्सीभाऊ स्वतः जातीने उभे राहून हा शिक्षेचा सोहळा पाहत होते. सगळं होऊन रक्तबंबाळ, अर्धमेला बाळ्या बोलण्याच्याही अवस्थेत नव्हता. त्याने डबडबल्या डोळ्यांनी नुसताच हात जोडायचा प्रयत्न केला.

बातमी वाऱ्यावर पसरली होती. सगळा गाव हे पाहायला जमला होता आणि आजूबाजूच्या पाच-सहा वाड्याही.

बन्सीभाऊ मात्र पांढऱ्या शुभ्र धोतरात पूर्ण बाह्यांचा पांढरा शर्ट घालून, हाताची घडी घालून पापणी हलू न देता पाहत होते. त्यांचा वृद्ध चेहरा, मोठे डोळे, लाल झालेल्या कानातली किंचित थरथर असलेली बाळी, पुतळ्यासारखं ठाम उभं राहणं. बन्सीभाऊ आजही त्या आठवाबरोबर लोकांच्या मनात धडकी भरवत होते.

तेव्हापासून गावातलं कुणी त्या दिशेला मुतायलाही गेलं नव्हतं. मात्र, गावात चर्चेचं पेव फुटलं होतं. कुणी म्हणत होतं, तिथं बाबासाहेबांच्या घराण्याचं धन पुरलेलं होतं. कुणी म्हणे, तिथे त्यांच्या पणजाचा खून झाल्याने त्यांचं भूत फिरत होतं. कुणी काही, कुणी काही. त्यांच्या पूर्वजांच्या ऐशआरामाच्या कहाण्या तिथं पुरल्याचं बोललं जायचं.

पण दबक्या आवाजात किंवा बंद दाराआड.

अन्साबाई आणि कडुबाने वर्षाखाली एकदा तिथे जाऊन खाली झुकलेल्या बाभळी तोडल्या होत्या, तेवढंच! बाकी अन्साबाई त्या दिशेला पाठ करून बसायची.

"बाईसाहेब..." ती मोठ्यांदा म्हणाली.

उघड्या दारातून फुंदी आली. ताट-भांडे घेऊन. अन्साबाईने पाटीवरचा धडपा बाजूला केला.

"लई उशीर झाला गं फुंदे? आज पावने हाईती की कामात हुतीस?"

फुंदीने ओठांवर बोट ठेवलं. एरवी फुंदीला भारी हसू होतं. कोणतीही गोष्ट सांगायला लागली की आधीच हसायची. आज गंभीर होती.

अन्साबाईला असे प्रसंग माहिती होते. त्या भानगडीबद्दल तिला

उत्सुकताही असे.

"काय झालं? मालक रागावले हाइत का? की धाकले धनी? दिसले नाई शेताकडं बी, काल गेले होते मी." फुंदीने रागाने अन्साबाईकडे पाहिलं.

"अन्शे, तुला कशाला गं चांभारचौकशा? गप गुमान अन्न गिळ की. घरभेदी कुठली."

अन्साबाईच्या सुघटित शरीराकडे पाहून, 'देवाने असं रूप आणि असं भरलं शरीर वैरिणीलासुद्धा देऊ नये,' असं प्रभाकाकू म्हणायच्या ते तिला आठवलं.

फुंदीचे केस या वाड्याच्या सावलीतच काळ्याचे करडे झाले होते. देवाने तिला सगळ्याच बाबतींत वंचित ठेवलं होतं. तिच्या चेहऱ्यावर जाणवे ते तिचं फताडं मोठं नाक. तेही वरच्या बाजूला वर उचललेलं; त्यामुळे नाकाची छिद्रे स्पष्ट दिसायची. लहान कपाळ आणि मध्यम रंग. शरीरही जाडं भरडं. वास्तविक अन्शी तिच्यासमोर मोठी झालेली. चौदा वर्षांची होईतो तिच्या आईने तिला वाड्याचा उंबरा दाखवला नव्हता. गोरा रंग, मोठे काळे डोळे, भरपूर दाट केस, सरळ नाक आणि मुख्य म्हणजे उफाड्याचं शरीर. डोळ्यांत झटकन भरे तो उंच छातीचा उभार आणि भरदार नितंब.

अन्शीचं लग्न तेराव्या वर्षीच कडुबाशी लावलं, तो एकुलता एक होता म्हणून; पण सासू-सासरे कॉलऱ्यासारख्या हगवणीने मेले आणि अन्शीला सासूची दारं मागायची वेळ आली. गावातली दोन मोठी घरं तिच्या सासरच्या वाट्याची होती. किसनशेठ मारवाड्याचं आणि बाबासाहेबांचं. दोघांत वैर नव्हतं; पण अन्शीचं रूप असं होतं की, चालता माणूस लक्ष विचलित होऊन ठेचकाळेल. नंतर बाबासाहेबांनी कडुबाला गोठ्यावर ठेवून घेतलं आणि अन्शीला मागचं दार मोकळं केलं.

माईसाहेबांनी प्रभाकाकूंना बोलावून घेतलं. फुंदी प्रभाकाकूंच्या वाड्याच्या बुटक्या दरवाजातून आली. तिच्या स्वभावाप्रमाणे त्यांच्या ओसरीला टेकली. उगाचच पदरावर हवा घेतल्यासारखं करत उसासली.

"इकडं कशा?" या प्रभाकाकूंच्या यजमानांच्या प्रश्नाला उत्तर

देण्याऐवजी आश्चर्याने पाहिलं.

"काकू नव्हं का घरात?"

तेवढ्यात तिचा आवाज ऐकून प्रभाकाकू आल्या. खोवलेला ओचा सोडला.

"आत ये गं." म्हणत उगाचच नवऱ्याकडे पाहिलं.

फुंदी आत येताच त्या म्हणाल्या,

"काय झालं गं? इथं कशामुळे आलीस? सगळं ठीक आहे ना?"

"तुमच्यापासून काय लपलंय? कायी असलं तरी मला मेलीला कशापायी कळतंय? तुमच्यावानी थेट आतपर्यंत थोडीच थांबते? जनावरं आमी चुक् चुक् केलं की, यायचं अन् चाबूक उगारला की, खाली मुंडी घालून भाइर जायचं." फुंदी म्हणाली.

"आता मला कशाला वाकडं लावती गं? मी तर तुझ्याशी वाईट वागत नाही. काय झालंय, सांगायचं असेल तर सांग नाहीतर लाग वाटेला." प्रभाकाकू म्हणाल्या.

त्यांनी कमळातून तपकिरीची डबी काढली. स्वतः एक चुटकी घेत त्यांनी डबी फुंदीपुढे धरली.

"चहा घेते का?"

"नगं. नगं. माईसाहेबांनी तुमाला लगोलग बोलावलंय."

"कशाला?"

"तुमाला समदं ठाव व्हतं. साऱ्या गोष्टी तुमालाच सांगतात. माईसायब बी अन् ल्हान्या वईनी बी. जीवाभावाचं तुमाला बोलतात. माईसायब मला तर लई कावतात. तरी म्या अन्शीला धड पाहत नाही बगा."

हे म्हणताच तिने जीभ चावली.

"या गं बया. म्या काय गप्पा करत बसले. टाळकं माजं. तुमी या. ल्हान्या सूनबाई बी तुमच्याशीच बोलत्यात."

मग तिने आवाज खाली आणला. कुजबुजत्या स्वरात म्हणाली, "राधा वहिनीला बरं नाई वाटतं. या तुमी." म्हणत ती गेली.

लवकर लवकर घरचं आटोपून प्रभाकाकू निघाल्या.

बाळंतिणीच्या तीन खोल्या लागून होत्या. समोर छोटी खोली. मग आतली बाळंतिणीची बाज असलेली खोली आणि मागे मोरी. मोरीला

मागून दार होतं. तिथून गडी पाण्याच्या डेगी भरून ठेवी.

आतल्या खोलीतल्या अंधाऱ्या प्रकाशात त्यांना बाजेवर राधा दिसली. एका चादरीवर पडलेली. फक्त तिच्या कण्हण्याचा अस्पष्ट आवाज, बाकी शांतता.

त्या जवळ आल्या.

"राधा."

तिने डोळे उघडले नाहीत.

"राधा, ऊठ लेकरा." प्रभाकाकूंच्या आवाजात माया होती. "ऊठ माय. तुला लागलंय म्हणाल्या माईसाहेब. आंबेहळद तेल लावून देते; बरं वाटेल. मग काढा करते. तेवढा पी म्हणजे झालं."

राधाने डोळे उघडले. मानेनेच नको म्हटलं.

"असं कसं? औषधाशिवाय दुखणं कसं बरं होईल माय? ऊठ खाली येऊन बसते का?" म्हणत त्यांनी पाट टाकला.

कष्टाने उठत राधा बाजेखाली उतरली.

लेकराला जन्म देऊन त्या बाजेवर बसण्याचं हिचं भाग्य नाही. मोठ्या डवरलेल्या झाडाला फळ लागू नये याचं त्यांना वाईट वाटलं.

ती पाटावर टेकली. बसताना कण्हली.

"त्रास होतोय का? खाली पण लागलंय का?" काकूच्या बोलण्याला तिनं उत्तर दिलं नाही.

"पाठीला लागलंय?"

तिने पाठीवरचा पदर दूर केला. पोलकं नव्हतं. रक्ताळलेली पाठ पाहून प्रभाकाकू दचकल्या. पाठ सोलून निघाली होती. हिरवी-निळी झाली होती. उजेडासाठी प्रभाकाकूंनी मोरीकडचा बंद दरवाजा उघडला आणि राधाकडे पाहून त्या स्तंभित झाल्या. त्यांचा जीव कळवळला. गोऱ्यापान पाठीवर माराच्या खुणा दिसत होत्या. हिरवे-निळे वळ होते. काही वळांतून रक्त येऊन साकाळून गेलं होतं.

"अग्गं बाई ! काय हे? म्हणजे..." प्रभाकाकू अडखळल्या. पुढे म्हणाल्या, "म्हणजे तू पडली नाहीस! तुला कुणीतरी मारलंय. कुणी मारलं?"

गरीब गाईसारख्या दीनवाण्या डोळ्यांनी राधाने त्यांच्याकडे पाहिले. तिचे मोठे काळेभोर डोळे पाण्याने भरून गेले. आवेगाने तिने त्यांच्या

कंबरेला मिठी घातली.

प्रभाकाकू हलल्या. त्यांचं मन भरून आलं. डोळ्यांत पाणी आलं. नकळत त्यांचा हात तिच्या पाठीवर ठेवला गेला. त्यासरशी ती जोरात "आई गं" म्हणाली.

"थांब. मी चंदन आणि आंबेहळदीचा लेप देते." म्हणत त्यांनी हळूहळू लेप द्यायला सुरुवात केली.

"कुणी मारलं गं इतकं? कसाई आहे का गुरासारखं मारायला अन् माईसाहेब तर म्हणाल्या की, तू पाणी आणताना पडलीस म्हणून."

राधा काही बोलणार तोच दारात सावली हलली. माईसाहेब.

"प्रभा, तुझ्यापुरतं ठेव सगळं. बाकीच्यांसाठी ही पाणी आणताना पडली म्हणून दिवसा झोपली आहे, असंच राहणार ! कळलं ना? फालतू चौकशा करू नकोस. औषधं लावून जा आणि हवेलीत कुणाला कळता कामा नये." त्यांचा आवाज हळू होता. आधी साधा होता; मग कडक होत गेला. त्या धीम्या चालीने राधाच्या पुढ्यात आल्या. हात जोडत म्हणाल्या.

"आमचं नशीब वाईट. नवऱ्याला गिळून बसलीय. सासरा माहेरी पाठवत नाही. माझ्या उरावर धोंड! असा विस्तू ओटीत घेऊन जगतोय. तोंड शिवलंच मी! ना तू जगतेस ना मला जगू देतेस. आता तोंड बंद ठेवा, नाहीतर पडाल याच्या त्याच्या गळ्यात रडायला आणि दोन-तीन दिवस इथंच जेवण पाठवते. ही प्रभा करील सगळी देखभाल."

माईसाहेब गेल्या. त्यांच्या पावलांचा आवाज अस्पष्ट होत गेला. तसा प्रभाकाकूंना कंठ फुटला.

"काय दशा गं राधा तुझी? काल शेजारच्या खोलीत." त्या गप्प झाल्या. बोलावं की नको असं वाटून हळू, अस्पष्ट आवाजात म्हणाल्या, "मोठे मालक होते ना? बाबासाहेब की बन्सीभाऊ? की दुसरं कुणी? तूच होतीस ना तिथं? काय करायला गेली होतीस? कोठीतून काही काढून आणायचं होतं का? बाहेरनं दगडूला बोलवायचं. तो जड सामान, पोती सहज उचलतो. नाहीतर दगडू येतो, तेव्हा काढून घ्यायचं." त्या बोलत होत्या. सत्याजवळ जाण्यासाठी जाळीदार वळणं घेत होत्या.

राधा बोलत नव्हती. तिचे डोळे वाहत होते. ती डोळे पुसत होती.

मध्येच उलट्या पंजाने नाक पुसत होती.

गोरीपान, उंच, सशक्त आणि अंगोअंगी भरलेली राधा रूपाचा उत्सव होती. लांब काळे केस, सडपातळ बोटं, सुंदर नाक, कोरल्यासारख्या भुवया, भरगच्च छाती, रसाळ ओठ, देवाने रूप भरभरून दिलेलं.

'रूप दिलं; पण नशीब नाही दिलं.' राधाची आई राघव वारल्यानंतर म्हणाली होती.

वास्तविक लग्नानंतर दोन वर्षांत राघव गेला तेव्हा माहेराहून वडील तिला न्यायला आले होते. घरचे बरे होते. मुलगी विधवा झाली तरी आयुष्यभर सांभाळायची कुवत होती. पहिल्या चकरेत तर 'आम्ही सगळे अजून दुःखातून सावरलेलोच नाही. राधालाही नेलंत तर खूप पोकळी जाणवेल' म्हणून बाबासाहेबांनी त्यांना परत पाठवलं. राधाला सासऱ्याचं फार अप्रूप वाटलं होतं. आपल्याला या घरात लेकीसारखं वागवलं जाईल असं भेटीला येणाऱ्यांशी घरातले बोलायचे. त्यावरून तिला वाटत गेलं. शेवटी तिच्या वडिलांना बाबासाहेब म्हणाले,

"सूनबाई तुमच्या घरी राहिली काय आणि इथं राहिली काय. राहावं तर असंच लागणार, नवऱ्याशिवाय. त्यापेक्षा तिला इथंच ठेवा. माईसाहेबांच्या हाताखाली ठेवा. त्यांना मदत होईल. आम्हाला राघवची कमी जाणवणार नाही. सून म्हणून आली तरी लेक म्हणून राहील. तुम्ही निश्चिंत राहा. पुनःपुन्हा चकरा मारू नका. तिला अधूनमधून तिकडंही धाडू."

माजघराच्या दारात उभ्या असलेल्या माईसाहेबांच्या मागे ती उभी होती. माहेरी-सासरी वैधव्य ते वैधव्यच अशी समजूत तिने करून घेतली. आपल्याला हे माहेरचा उंबरा दाखवणारच नाहीत असं तिला वाटलं नव्हतं. "अधूनमधून तिचा भाऊ आणि आम्ही भेटून जाऊ." म्हणत वडील गेले होते.

या सगळ्या भेटींत प्रभाकाकू हवेलीतच होत्या. ही बोलणी त्यांनीही स्वयंपाकघराच्या दारामागून ऐकली होती. मनात कुठेतरी शंकेची पाल चुकचुकत होती; पण ना राधाला ना तिच्या माहेरच्यांना त्या काही बोलू शकत होत्या.

या घरातल्या पुरुषांची त्यांच्याइतकी माहिती बाहेर कुणाला असेल हे संभवत नसले तरी बाबासाहेबांचा, बन्सीभाऊचा बाहेरख्यालीपणा

माहीत होता. माईसाहेब एरवी कडक दिसत असल्या तरी वेळ पडली तर नवरा घराबाहेर काढेल हे त्यांना माहीत होतं. माहेरची गरिबी त्यांना पुन्हा झेपली नसती हेही ज्ञात होतं. हवेलीतली संपत्ती, रुबाब, मालकी हक्क, अधिकार आणि ऐशआरामाची त्यांना चांगली जाणीव होती. केवळ रूप चांगलं म्हणून बाबासाहेबांनी आपल्याशी लग्न केलं, हेही त्यांना माहिती होतं. बाबासाहेब त्यांचं रूप आणि घरची गरिबी बोलून दाखवत गेले होते. म्हणूनच त्यांची जीभ बांधलेली होती. अगदी नखरेल तमासगिरीण रात्रीच्या मुक्कामी राहिली तरी त्या बोलत नव्हत्या. रोज येणाऱ्या प्रभाकाकू, स्वयंपाकीण कृष्णाबाई आणि कामवाल्यांनासुद्धा हे माहीत होतं; पण आपल्याला काय करायचंय म्हणून त्यांनी डोळे आणि कान बंद ठेवले होते. नोकरांमध्ये चर्चा झाली तरी श्रीमंतांचे चोचले म्हणायचे.

प्रभाकाकूंना आठवलं, एकदा रात्री कंदील घेऊन फुंदी आली होती. माईसाहेबांनी तातडीने बोलावल्याचा निरोप घेऊन. माईसाहेब खाली माजघरात सतरंजीवर बसल्या होत्या. प्रभाकाकूंना हे अनपेक्षित होतं. त्यांना आत घेऊन फुंदीला दार बंद करायला सांगितलं होतं. दार बंद होताच त्या प्रभाकाकूंच्या गळ्यात पडून रडायला लागल्या होत्या. प्रभाकाकू साधारण त्यांच्याच वयाच्या; पण त्यांनी आईसारखं त्यांना जवळ घेतलं. माईसाहेबांचा बांध फुटला.

"कशाला जगते मी? मरत का नाही गं. कवडीचं सुख नाही. कालपासून कहर चाललाय."

"काय झालं?"

"काय झालं नाही ते विचार. त्या कुणा शोभा बीडकरणीचा तमाशा आहे. ती आलीये गावात. 'हे' तर विचारूच नकोस. फार देखणी आहे म्हणे. नखरे करते. अगदी बघत राहावं असे. 'हे' म्हणत होते. तर मी फक्त म्हणाले, घरात 'सात्त्विक बायको आहे. तिच्याकडे बघा की' तर धावले अंगावर. आजकाल खूप पितात. मारलं गं मला, हे बघ."

म्हणत त्यांनी पोलकं काढलेली पाठ, खांदे, दंड दाखवले.

ती एक बाईच आहे म्हणून प्रभाकाकूंचा जीव कळवळला. ही बाई

कडक आहे. दुसऱ्याच्या जीवाची पर्वा करत नाही, हे त्या विसरल्या. त्यांनी माईसाहेबांच्या दुखऱ्या दंडावर थोपटल्यासारखं केलं.

"जा आता वर जाऊन झोपा. नाहीतर पोटीस करते. गरम पोटिसाने शेकलं की आराम पडेल तुम्हाला."

माईसाहेब ऐकण्याच्या स्थितीत नव्हत्या. प्रभाकाकूंचे हात घट्ट धरून ठेवत त्या म्हणाल्या,

"जाऊ नका तुम्ही. मला आज फार भीती वाटतेय. मी वर कुठे जाऊ माडीत. ती तमासगिरीण आहे ना गं."

त्या पुन्हा मोठ्यांदा रडू लागल्या. रडतारडता पदराचा बोळा तोंडावर दाबून धरला. त्यांचा लालबुंद चेहरा कंदिलाच्या उजेडात अतिकेविलवाणा दिसत होता.

प्रभाकाकूंनी स्वयंपाकघरातून वीट तापवून आणली. एका कपड्याने त्यांनी शेकायला हात टेकवला. तशा त्या म्हणाल्या, "माय बहिणीसारखी तुलाच बोलावते गं. रागावते तुला; पण पोटातलं कुणाला सांगू?"

"रडू नका, माईसाहेब. एवढ्या वैभवाच्या मालकीण तुम्ही. भरल्या घरात रडू नये म्हणतात. दारिद्र्य येतं म्हणतात, उगी राहा."

"उगी नाही राहू शकत गं. किती दाबून ठेवू सगळं. ओठ घट्ट ठेवलेत ना. नाही माय ना बाप. कुणाला सांगताही येत नाही गं अन् येऊ दे या हवेलीत दारिद्र्य. सगळे अवगुण आहेत ना यांच्यात. कुणी कमी नाही. हे तसेच, तसाच बन्सी अन् राघवही. दारू पिऊन मेला राघव अन् त्याला जाळून आले त्या रात्रीसुद्धा अन्शीला घेऊन झोपला की हा नवरा माझा. काही लाज नाही; लज्जा नाही. घरातला पै-पाहुणा नाही. मीच निर्लज्जासारखी माडीच्या ओसरीच्या खोलीत पडले दार लावून आणि पहाटेच्या अंधारात ही अन्शी बाहेर काढली. जीव पिळवटून जातो; पण पुरा जातही नाही गं आणि आता ही राधा. 'हिचं केशवपन करू नका गं... लहान आहे' असं मीच म्हणाले की गं हा दिवस पाहण्यासाठी." प्रभाकाकू अवाक् होऊन ऐकत होत्या. त्या दिवसापासून कधी नव्हे ते अन्शीच्या हालचाली निरखू लागल्या आणि तिला समोर न उभ्या करणाऱ्या माई.

सगळं अंगण झाडून झालं की अन्शी गवऱ्या, लाकडं जळण

आणायला जायची. मागच्या अंगणाशेजारच्या कुंपण घातलेल्या मोठ्या गोठ्यासारख्या जागेत नेऊन टाकायची. मग दुपारी रचायला येते म्हणून जायची. दुपारी मागच्या दाराने माडीच्या वाटेने जायची.

एकदा मागच्या दारी अचानक राधा आणि प्रभाकाकू बसलेल्या दिसल्या तशी ती चपापली; पण नेटाने तिथंच लांब टेकली. म्हणाली,

''धाकल्या वहिनीच्या डोक्याला तेल लावताय वं?''

''तू कशी आली गं इतक्यात?''

''आत्ता कुठं लवकर वं? पहाटेपासून शेणी गोळा करते. लाकडं आणते. फोडते. चुलीवर भाकर टाकते. घर झाडणं, सारवणं, फरकुटं धुणं, कितीक राबते. माहे हात बघा.'' म्हणत तिने हात पसरले.

चिरण्यांनी भरून गेलेले तिचे हात पाहून प्रभाकाकू म्हणाल्या, ''हात इकडं कर गं. ये इकडं. थोडं तेल घालते बरं वाटेल.''

अन्शी आली. तेल हातावर पडताच तिच्या डोळ्यांत पाणी आलं. तिने ते दोन्ही हातांवर चोळलं. नाकाजवळ नेऊन प्रदीर्घ हुंगलं.

''नादर वास हाय.'' पालथ्या हाताने डोळे पुसत ती म्हणाली.

''जा घरी आता. उद्या कर काम.'' राधा म्हणाली.

अन्शी घुटमळली. मागच्या जिन्याच्या तोंडावर बाबासाहेब उभे होते. त्यांच्याकडे तिने भीतभीत पाहिलं. राधाच्या लक्षात आलं. प्रभाकाकूंनी जाणलं.

हवेलीमध्ये सण, कुलधर्म, कुलाचार, अभिषेक चालायचे. सोवळंओवळं होतं; पण सगळ्यांच्या आधी राधा उठायची. अंगणातला सडा, देवघर झाडणं, दुर्वा, देवाची फुलं आणणं, दारी तुळशीपाशी रांगोळी काढणं हे करायला राधाशिवाय कुणी नव्हतं. देवाच्या पूजेला गुरुजी यायचे ते सगळं झाल्यावर. सोवळं नेसले की त्यांच्या हाताशी पुन्हा राधाला उभं राहायला लावायचे. चिंच-मिठाने देवाची भांडी घासायची. शिवाय सगळी तयारी झाली असली तरी गुरुजी काहीतरी नवं खुसपट काढून पळापळ करायला लावायचे.

पूजेनंतर ती स्वयंपाकघरात यायची. भांड्याची बाई उशिरा यायची; त्यामुळे रोज थोडीतरी भांडी घासावी लागायची. स्वयंपाकीण कृष्णाबाई यायची की, सोवळ्यात व्हायची. भाजी निवडणं, हाताखाली करणं हे राधाच करे. कारण माईसाहेबांची तशी सक्त ताकीदच होती. खाली-

वर जाणं-येणं करणं, अंगणातून गोवऱ्या, लाकडं आणणं, स्वयंपाकघर ते कोठी ते ओसरी, देवघर आणि इतर खोल्यांमध्ये जायला राधा हाताशी होती. माईसाहेब म्हणत,

'वयच आहे तुमचं कामाचं. काम नाही केलं तर फोपशा व्हाल; मग हातपाय उचलायचे नाहीत. तरुण वयात कष्ट केले म्हणजे म्हातारपणी रोग व्हायचे नाहीत. नाहीतरी तुमच्या शरीराला झीज व्हायचं कारण नाही. ना बाळंतपणं, ना लेकरामागं धावणं, ना लेकरांचं करणं. वांझ आयुष्य.'

स्वयंपाकीण मान हलवायची. तिची कामं कमी व्हायची; पण प्रभाकाकूचा जीव तुटायचा. राधाला तिखट कुटायला, मसाला कुटायला, वाटाय-घाटायला बसवलं की, त्यांना वाईट वाटायचं.

एवढी गुणाची पोर शिकलेली, विणकाम - भरतकाम करणारी, सासरघरी तोंडातून ब्र न काढणारी; पण माईसाहेबांना तिची कदर वाटत नव्हती.

राधाच्या हाताचे तळवे कितीदा तरी काही कारणांनी प्रभाकाकूंच्या हातात येत तेव्हा एखाद्या कामगाराच्या हातावर असतात तसे घट्टे आणि चिरण्या दिसत. मीठ, चटणी ती चमच्यानं वाढे. हाताला काही लागू देत मडमी, असं माईसाहेब म्हणायच्या तेव्हा राधा हाताने वाढे खरी; पण वेदना तिच्या चेहऱ्यावर दिसे.

'एखाद्या मजुरासारखं राबवताहेत हिला. बापानं लग्न करून दिलं मोठ्या घरी; पण कुठलंच सुख तिला नाही.' असं घरात काम करणाऱ्यांना वाटे.

पण प्रभाकाकूंना वेगळीच काळजी वाटे. विधुर बन्सीभाऊ आणि रंगेल बाबासाहेब.

'कसायाच्या दारात गाय बांधली' तिला वाटायचं. राधाला त्या माहेरी जाण्याचा सल्ला द्यायच्या.

"पाठवत नाही ना गं काकू. माझा जीव आंबलाय इथं. ते होते तोवर कष्टाचं काही वाटायचं नाही. आता पहाटे चारला अंघोळ करून कामाला लागते ते रात्रीपर्यंत. सासूबाई म्हणतात, इन मीन चार-पाच माणसं हवेलीत. काम कितीक असतं? बाबा, भाऊ मनोहर न्यायला येतात. एकदा चहा देण्यापुरती भेट होते. दृष्टभेटच गं. मग त्यांना

माझ्याशी एकटं बोलूच देत नाहीत. पत्र पाठवणं शक्य नाही. कुणाकरवी कळवावं कळत नाही. कुणाशीच बोलू देत नाहीत. देवदर्शनाला फुंदीबरोबर. सांगू तर कुणाला? माहेरी जावंसं वाटतं गं. इथे नुसत्या कष्टावर गोष्टी थांबत नाहीत. कसं सांगू जीभ अडकून बसते. बेशरम प्रकार सहन होत नाही.''

ती अडखळत-अडखळत गेली. तिला जे सांगायचं ते शब्द डोळ्यांतल्या पाण्याबरोबर वाहून गेले. प्रभाकाकू पुनःपुन्हा शंकेच्या भोवऱ्यात राहिल्या.


दुसरा दिवस होता.

राधा अजूनही बाळंतिणीच्या खोलीत होती. रोजच्याप्रमाणं माईसाहेबांनी सांगितल्यानुसार प्रभाकाकू खोलीत गेल्या. त्यांनी कोनाड्यातून तेल, हळदीची वाटी घेतली. राधा खाली सतरंजीवरच झोपली होती. चाहुलीने ती उठली.

काकू दिसताच उठून बसली.

"राहू दे, पड तू. चहा झाला का?''

तिने नकारार्थी मान हलवली.

"ऊठ. तोंडही धुतलं नाहीस की काय? मी पाणी आणते, चहाही आणते.''

त्या जाणार तोच त्यांना जाणवलं की, राधाला नीट उठताही येत नाहीये. त्या राधाजवळ आल्या. तिचा गोरा मांसल दंड धरताच ती आई गं म्हणून कण्हली. तिचे केस अस्ताव्यस्त झाले होते. चेहरा सुकून गेला होता. रडूनरडून डोळ्यांखाली सूज आली होती. ओठ एकीकडे सुजून भप्प झाला होता.

ती उठली तसा तिचा पदर खाली पडला. छाती उघडी झाली. रक्ताळलेले, लाल, काळे मोठमोठे डाग. चावल्याच्या खुणा! प्रभाकाकू आश्चर्याने तशाच उभ्या राहिल्या. डाव्या स्तनावर बाजूला एक जखम होती. राधाने घाईने पदर घेतला अन् छाती झाकली.

"अगं बयो ऽऽऽ, हे काय?'' म्हणत त्यांचं लक्ष तिच्या साडीकडे गेलं.

"राधा, अगं तू दूरची झालीस का? सगळे कपडे भरलेत. आता

गं...''

प्रभाकाकू भांबावल्या. राधा दूरची कधी झालीस? त्यांना आठवेना. गेले सहा महिने, कितीतरी महिन्यांत, किती महिन्यांत ही दूरची झालीच नाही का? नव्हतीच. आपल्या लक्षात कसं आलं नाही? आणि हे काय? हिच्या छातीवरच्या जखमा? अगं?

नुसतं ''राधा'' म्हटलं. डोळे फुटून बाहेर येतील एवढे मोठे होते. तोंडावर आश्चर्याचा हात होता.

राधा रडत होती. हंबरडा फोडून रडत होती. त्या झटकन तिच्याजवळ आल्या. तिला मिठीत घेत, आधार देत खाली बसवलं. तिच्या पिंजारलेल्या केसांवरून मायेने हात फिरवत त्यांनी केस सारखे केले. भय, आश्चर्य दुःखाने त्यांचे स्वतःचेच डोळे भरून येत होते. तिचे डोळे पुसत त्यांनी तिला मायेने पोटाशी धरलं.

''काय सोसतीस गं माय. कशाला सोसतीस? बोलली का नाहीस कधी? कोण नराधम हा?''

केविलवाणं भरल्या डोळ्यांनी राधाने त्यांच्याकडे पाहिले, डोळे जमिनीवर गाडले.

''मोठे मालक? बाबासाहेब?'' प्रभाकाकू कुजबुजत्या आवाजात म्हणाल्या.

तिने काहीच हालचाल केली नाही.

''मग बन्सीभाऊ?''

ती गप्प. त्यांच्याकडे तिने एखाद्या जखमी जनावरासारखं पाहिलं. भीती, राग, असहायता.

प्रभाकाकूंचा चेहरा आश्चर्याने रुंदावला.

''अरे देवा, म्हणजे दोघंही?''

राधाची मान हलली. तोंडात साडीचा पदर कोंबून ती हमसाहमशी रडत होती.

''कधीपासून?''

''हे गेले तसं. सारखं, रोज. नको ती रात्र गं.'' ती रडत अस्फुट बोलली.

प्रभाकाकूंना कळेना.

''पण हे, हे डाग, ही साडी?''

"सहा महिने झाले होते."

कंबरेतून त्राण गेल्यागत काकू खचल्या.

"माईसाहेब?"

"माहितीये." ती पुटपुटली.

प्रभाकाकूंच्या डोक्यात हजार सूर्यांचा प्रकाश पडला.

"म्हणून तुला काढे देत होत्या; हे पडावं म्हणून?"

तिने मान हलवली.

"कधी झालं?"

तिने मान हलवली. गुडघे वर करून बसायचा प्रयत्न करताना एका बाजूला काकूंवर कलंडली. दुःखाने कासावीस. कण्हणं आणि उसाशांनी खोली भरून गेली.

एकदम लक्षात आल्यासारखं प्रभाकाकू उठल्या. आधी बाहेर डोकावून दार बंद केलं. ती केविलवाणी हसली.

"फुंदीला माहितीये?"

ती नुसतीच हसली.

"कधी झालं?"

"परवा."

प्रभाकाकूंना जे दिसलं होतं, जेवढं दिसलं होतं त्यामागचं कारण उमजलं.

"मारत का होते?"

"औषध जात नव्हतं गं. किती वेळा, किती काढे दिले; पण हे पडत नव्हतं ना." म्हणत तिने ओटीपोटावर मारलं.

"ते औषध द्यायचं आणि..." राधा अडखळली. पुन्हा रडू लागली.

"कशाला बाईच्या जन्माला आले गं. त्या हवेलीच्या उंच भिंतीचा मोह पडला माझ्या वडिलांना. दौलत दिसली अन् मानमरातब! मला काय मिळालं? रिकामी ओटी. पांढरं कपाळ. पांढरं कपाळ झालं की लगेच ओटी भरायला निघाला सासरा. चुलत सासरा. कुलटा केली मला. शरीराची परवड केली. दिवस पाहिला नाही ना रात्र गं. औषधं दिली की, लगेच झोंबायचे. राक्षस मेले, आता संपलं."

"दोघं?" प्रभाकाकू न ऐकू येईल इतक्या हळू आवाजात म्हणाल्या. "त्यांना एकमेकांना माहिती होतं?"

ती पुन्हा गप्प.

"हाय रे देवा!" प्रभाकाकूंनी डोक्यावर हात मारला.

"हे केलं कुणी?"

"कुणी दाई आणली होती. शेजारच्या गावची असेल. रात्रीतून आणली. आटोपून रात्रीच परत पाठवली."

उत्तररात्रीला कडुबाला आवतान आलं. मिणमिणता कंदील घेऊन तो गोठ्याकडे निघाला तसं फुंदीने त्याला हवेलीच्या मागच्या बाजूने नेलं.

पहाटेला अन्शीने कडुबाला रात्री काय काम होतं विचारलं, तेव्हा तो उठून बसला. पचकन बाजूला थुंकला. "च्या मायला. माझ्या बाला बी हेच करावं लागलं का. समजना. तू गप ए. ज्यादाच्या पंचाईती करू नगं. आन त्या भेंच्योदाच्या वंशाला आपला उंबरठा दाऊ नगं. मला ठाव हाय. हात-पाय बांधलेला वळू झालाय महा. हवेली काय माणसाची नाय. राक्षसं हाईती. चांडाळ. तू बी ध्यानात धर."

अन्शी अवाक् झाली. फुदकली,

"मला कशाला बा, म्या आसंच इचारलं."

त्याने तिचा अंबाडा धरून तिला हिसडा दिला.

"सकाळच्याला जाती न्हवं तितं, जाय बघ जा. मागच्या अंगणाला खोदलेल्या मातीचा ढीग बघ जा."

■

# अस्मिता

**हॉलमध्ये रमणी अगदी** उत्सुकतेने बसली होती. ती सोफ्याच्या कडेला टेकली होती. कुठल्याही क्षणी भूपती बाहेर येतील तेव्हा झटकन उभं राहता यावं म्हणून; पण ते येत नव्हते आणि तिची उत्कंठा वाढत होती. बराच वेळ गेला तशी ती सैलावली. सोफ्यात मागे टेकली. हॉलचं निरीक्षण करू लागली. तो हॉल तिच्या परिचयाचा नव्हता. अतिशय रसिकतेने आणि कलात्मकतेने सजवलेला होता. देशोदेशीच्या अनेक वस्तू, मूर्ती, शो-केसमध्ये ठेवलेल्या होत्या. मोठ्या बोधी वृक्षाखाली बुद्धाची मूर्ती होती, तर श्रीकृष्णाच्या मूर्तीजवळ एक अतिशय सुंदर पितळेची गाय-वासराची मूर्ती होती. या दोन्ही गोष्टी तिच्या आवडीच्या होत्या. शिवाय अनेक मोठमोठ्या फुलदाण्यांमध्ये सुंदरसुंदर फुलं ठेवलेली होती. अनुपमा– भूपतीची बायको या सगळ्या सजावटीमागे होती; पण तिच्या आवडीची कल्पना येऊ शकत होती. ती एक अत्यंत संवेदनाक्षम माणूस असल्याचं पाहणाऱ्याला जाणवायचं.

मात्र, भूपतीच्या विद्यार्थ्यांना घरात हॉलच्या आत प्रवेश नव्हता. हे तिने अनेकजणांकडून ऐकलेलं होतं. तो एक अलिखित नियम होता. सगळे नवे-जुने विद्यार्थी तो नियम पाळायचे.

एका झुऑलॉजीसारख्या रूक्ष विषयाच्या प्राध्यापकाचं हे घर आहे, असं वाटायचं नाही. त्यांना मिळालेले मोमेंटोज आणि ट्रॉफीज एका मोठ्या शो-केसमध्ये ठेवल्या नसत्या तर ते एखाद्या कलाकाराचं घर वाटलं असतं. रमणी पहिल्यांदा भूपती सरांच्या घरी आली होती, तेव्हा तिने आईला सांगितलं होतं.

तीन वेळा सरांना भेटायला ती विद्यापीठात गेली होती आणि तीनही वेळी ते तिला भेटले नव्हते. म्हणजे आलेच नव्हते किंवा मीटिंगमध्ये होते. तिच्या घरापासून विद्यापीठ तेरा किलोमीटर होतं म्हणजे तेरा त्रिक एकोणचाळीस किलोमीटर ती फुकटच आली-गेली होती, असं ती नेहमी सांगे.

शेवटी तिने त्यांची घरी भेट घ्यायची ठरवली, तेव्हा विभागातला कारकून त्यांचा पत्ता द्यायला उत्सुक नाही हेही तिच्या लक्षात आलं.

"काय काम आहे?" तो म्हणाला.

अस्मिता । १०५

"मला रिसर्च करायचाय म्हणून..."

"त्यांच्या विद्यार्थ्यांचा कोटा फुल झालाय, ते जास्त विद्यार्थी घेऊ शकत नाहीत." तो तुटकपणे म्हणाला.

"पण काही जातील की, पीएच.डी. करून." तिने घोडं दामटलं.

त्याने चष्म्याआडून शांतपणे तिच्याकडे नीट पाहिलं. मग म्हणाला,

"पागनीस मॅडमकडे जागा आहेत."

ती थोडी हिरमुसली.

"नको." ती नाइलाजाने म्हणाली. "भूपती सरांचं नाव खूप मोठं आहे. त्यांनी राष्ट्रीय, आंतरराष्ट्रीय पातळीवर शोधनिबंध सादर केलेत. नेटवर कितीतरी वेबसाइटवर त्यांचे निबंध आहेत. अनेकांवर त्यांच्या पुस्तकांचे संदर्भ आहेत. एवढ्या मोठ्या..."

"कधी केलंत एम.एस्सी.?" तिला तोडत तो म्हणाला.

तिच्या चेहऱ्यावर आदर ओसंडत होता. त्याने बोलणं तोडलं नसतं तर ती आणखी बरंच बोलत राहिली असती.

"चार-पाच वर्षे होऊन गेली."

"नेमकी किती झाली?"

"सात वर्षं टू बी एक्झॅक्ट." ती म्हणाली.

"गॅप कशामुळे?" त्याने विचारले. तिच्या ओक्या गळ्याकडे एक दृष्टिक्षेप टाकत तो म्हणाला.

"नोकरी." ती कंटाळली होती. "कधी भेटतील सर?" तिने विचारलं

"त्यांच्यामागे खूप विद्यार्थी असतात, फार कामे असतात; तुम्ही पागनीस मॅडमकडे का ट्राय करत नाही?"

तिने आश्चर्याने त्याच्याकडे पाहिलं, तिला त्याच्या चिवटपणाचा फार राग आला. रागाने म्हणाली, "गाइडची निवड विद्यार्थी करू शकतो ना?"

"गाइडलाही ती सुविधा आहे." तो तितक्याच शांतपणे म्हणाला.

आपले सगळे प्रयत्न फोल चाललेत हे पाहून ती निराश झाली; पण चिकाटीने तिने घर शोधलेच. शिवाय घराजवळ पोहोचल्यावर फोन करून पाच मिनिटांत येते आणि पाचच मिनिटांचा वेळ घेते, असंही सांगितलं.

बेल दाबून ती उभी राहिली.

दार उघडलं आणि ती दचकलीच.

दारात एक अतिशय देखणा माणूस होता. गोरा रंग, मोठे भेदक डोळे, रिमलेस चष्मा, डोक्यावर राखाडी केसांचा झापा, उंची फार नव्हती; पण नीटस शरीर.

''कोण?''

ती सटपटली. काय बोलावं न सुचून अडखळत म्हणाली.

''मी रमणी, आत्ता फोन...''

ते बाजूला झाले. जागा देत म्हणाले, ''या.''

त्यांच्या अंगावरून जाताना तिला संकोचल्यासारखं झालं; पण ती मनाशी म्हणाली, 'मी काही शाळेत प्रवेश घेणाऱ्या पोरीसारखी नाही, चांगली एकोणतीस वर्षांची घोडी आहे आणि संकोच कशाला? पुष्कळ कॉन्फिडन्स आहेच की.'

मग खांदे सरळ करत ती आत गेली.

''पंधरा मिनिटं,'' ते म्हणाले. आतल्या खोलीकडे तोंड करून म्हणाले, ''अनु, पाणी...''

बिलकूल वेळ न दडवता रमणीने तिची माहिती दिली.

''मी रमणी. एम.एस्सी. झुऑलॉजी केलंय. पुढे काहीच करू शकले नाही. एम.फिल. सोडावं लागलं. नोकरी करताना दोनदा नेट परीक्षा दिली. दोनदा फेल झाले; पण मी पीएच.डी. पेट परीक्षा पास झालेय. शिवाय नोकरी दुपारपर्यंत घेतलीय.''

ती खूप भरभर बोलत होती. धाप लागल्यासारखी झाली, कपाळभर किंचित ओल आली.

भूपतींच्या चेहऱ्यावर कौतुकमिश्रित झाक आली. तेवढ्यात आतून अनुपमा आल्या. दारातून त्या तिला पाच मिनिटे पाहत राहिल्या.

एका नजरेत त्यांनी जोखलं ते तिचं तारुण्य. थोडं नकटं नाक, जाड ओठ, जाड केस, लांब बोटं.

पाणी ठेवत त्या म्हणाल्या, ''लग्न झालंय?''

तिने नकारार्थी मान हलवली. तिला त्यांच्या सरळ, तीव्र प्रश्नाने उगाचच अपराधी वाटू लागलं.

''बरोबर कुणी आलंय? वडील वगैरे?''

तिने पुन्हा नकारार्थी मान हलवली.

"वडील नाहीत; त्यामुळेच तर पुढे शिक्षण..."

त्यांनी तिचं वाक्य पूर्ण होऊ दिलं नाही. तेवढ्याच तीव्र स्वरात म्हणाल्या, "भूपती आहेच फादर फिगर."

त्यांच्या शारीरिक वयापेक्षा आवाज तरुण आणि करारी होता.

रमणी गोंधळली. त्यांच्याकडे प्रश्नार्थक पाहू लागली. तिच्याकडे दुर्लक्ष करत त्यांनी भूपतीकडे मान वळवली.

"चहा करायचा का? मला अंघोळीला जायचंय मग."

खरंतर अनुपमाची थेट बोलण्याची पद्धत रमणीला भावली. नसती थेरं करत खोटा आदर आणि अदब दाखवत खवट वागणं त्यांना मंजूर नसावं.

"मला नको." ती म्हणाली.

"यांना लागतो. शिवाय आता बसाल ना तुम्ही थोडा वेळ. विषय एक आहे तुमचा."

रमणी अर्धवट उठली. भूपतींच्या चेहऱ्यावर नाराजी आली.

"मी करू का काही मदत?"

"नको, मला सवय आहे. शिवाय मला स्वयंपाकघरात कुणी आलेलं आवडत नाही." त्या म्हणाल्या.

रमणीला कारकुनाची आठवण झाली. घरचा पत्ता तो या बाईमुळे देत नसणार.

पाच मिनिटं घेणार म्हणणारी रमणी एक तास तिथे होती. भूपती अतिशय मऊ आणि मृदू बोलणारे होते. शिंपल्यातला पायला जसा मऊ असतो तसे. त्यांनी तिचं म्हणणं नीट ऐकून घेतलं. तिचा विषय, तिची आवड कशात आहे तो प्रोजेक्ट, तिची थोडी व्यक्तिगत माहिती, तिच्या वडिलांविषयी माहिती घेतली.

एखादा मानसोपचारतज्ज्ञ आपल्या रुग्णाला बोलतबोलत मोकळं करतो तसा.

तिला थोड्या वेळात आधीचा खूप परिचय असल्यासारखं वाटू लागलं. ती मोकळेपणाने बोलत गेली. शेवटी ते म्हणाले, "तुम्ही एकुलत्या एक आहात, आईची मदार तुमच्यावर आहे, हो ना? म्हणजे त्यांची आणि तुमची स्वप्नंही तुम्हीच पूर्ण करणार. मी तुम्हाला रिसर्च

स्टुडंट म्हणून घेता येतं का ते पाहतो. तुम्हाला ॲक्वॅटिक फ्लोराबद्दल आवड आहे तसा एखादा विषय पाहतो. तुम्हीही विचार करा. वाचून ठेवा; पण सध्या माझ्याकडचा कोटा फुल आहे. तुम्हाला पागनीसांकडे ॲकोमोडेट करता येईल.''

''नको, नको.'' ती एकदम म्हणाली. तिच्या आवाजात घाई आणि विनंती होती.

भूपती हसले. म्हणाले, ''त्या एक्स्पर्ट आहेत; पण तुमची इच्छा नसेल तर...''

त्यांना भुवयी चिमटीत धरायची सवय असावी. ''ठीक आहे, उदय म्हणून माझा स्टुडंट आहे. तो सहा महिन्यांत सबमिट करेल तेव्हा पाहू.''

ती उभी राहिली. अनिश्चित, भांबावून.

हे घेतील का आपल्याला? एवढ्या मोठ्या कीर्तीच्या माणसाकडे विद्यार्थ्यांची रीघ असणारच. ती उत्कंठेने त्यांच्याकडे पाहत राहिली.

एकदम तिला काय वाटलं की,

ती पुढे झाली, त्यांचा हात हातात घेतला. एखाद्या धर्मगुरूचा हात पूर्ण श्रद्धेने कपाळाला लावतात तसा लावला. त्या हातावर ओठ टेकवले. भूपती यांना हे अपेक्षित नव्हते; तरीही त्यांनी हात मागे घेतला नाही. घडलं ते दोघांनाही अनपेक्षित असंच होतं.

ती मागे सरकली. अपराधाची भावना तिच्या चेहऱ्यावर आली. ''सॉरी, सो सॉरी सर, आय जस्ट...आय मीन...आय नेव्हर मेंट इट. माझ्याकडून अनवधानाने...''

तिचे डोळे भरून आले. आपण अगोचरपणा केला असे वाटून पश्चात्ताप आणि दुःख दोन्हीही एकदम चेहऱ्यावर उतरले.

भूपती पुढे आले. तिच्या खांद्यावर थोपटलं. ''इट्स ओके. होतं असं कधीकधी. मी तुम्हाला घ्यायचा प्रयत्न करतो.''

दोन महिन्यांनी भूपतींनी रमणीला बोलावून घेतलं. ''तुम्हाला घ्यायचं ठरवलंय मी. वास्तविक तुमच्या आधी खूपजण येऊन गेले. त्यांनाही तुमच्यासारखी इच्छा आहे. तुम्ही काम सुरू करा. गोपालनचा थिसीस झालाय. सबमिटही केलाय. तीन-चार महिन्यांत त्याला डिग्री ॲवार्ड होईल. तुम्ही काम सुरू करा.''

तिने होकारार्थी मान हलवली. भूपती हसले.

"कशावर काम करणार? की आधीच हो म्हणताय?"

"तुम्ही द्याल तो विषय."

"असं डोकं गहाण ठेवल्यासारखं बोलू नका. हुशार आहात, स्वतःची आवडनिवड कळतेय ना?" ते म्हणाले.

पुन्हा हसले. तिच्या खुर्चीच्या पाठीमागे येऊन उभे राहिले.

"गाइडची निवड केली ना?" ती अस्पष्ट म्हणाली.

ते पुन्हा हसले. सहज तिच्या पाठीवर थोपटले. ती रोमांचली.

"तुम्ही असं करा, माशांवर काम करा, सध्या मरीन लाइनवर खूप जोरात काम चालू आहे, 'सिझनल व्हेरिएशन इन फिश डायव्हर्सिटी इन कोस्टल रिजन ऑफ महाराष्ट्र ॲन्ड गोवा' हा विषय देतो. विचार करा. सर्व्हे बेस्ड आहे." त्यांनी तिला समजावले.

आपल्याला भूपतींकडे काम करायला मिळणार या गोष्टीमुळे ती आनंदली. त्यांच्या व्यक्तिमत्त्वाने ती प्रभावित झाली होती हे निश्चित. त्यांच्या बोलण्यात विलक्षण आत्मविश्वास आहे, हे तिला जाणवलं आणि आपली डॉक्टरेट पक्की झाल्याचाच आनंद तिला झाला.

दारावरची बेल वाजली.

"सर, तुम्ही?" रमणी एकदम चीत्कारली "आज इकडे कुठे? कसे काय? सर."

भूपतीने शांत राहण्यासाठी हातानेच खूण केली.

"मी आत येऊ?"

शरमून ती बाजूला झाली. ते आत आले. तिच्या चेहऱ्यावर आनंद ओसंडून वाहत होता. डोळ्यांत चमक दिसत होती. घाईने तिने केसांवरून हात फिरवला. साडीचा पदर नीट केला.

'इकडे आलो होतो, म्हटलं तू घरी आहेस का पाहावं." ते घराकडे पाहत होते. भिंतीवर मोठं राधा-कृष्णाचं चित्र होतं. सोफा, टेबल, खुर्च्या असं मध्यमवर्गीय फर्निचर होतं. इतरही वस्तू होत्या; पण ते सारखं तिच्याकडे पाहत होते.

"सुंदर!" ते म्हणाले.

"काय?" ती न राहवून म्हणाली.

"सुंदर मुलीच्या घरातलं सुंदर चित्र." ते अगदी सहज म्हणाले.

ती संकोचली आणि आनंदलीही!

"कोण आलंय गं?" म्हणून आई आली. त्यांना पाहताच थबकली.

"ये ना आई. हे माझे सर. ज्यांच्याबद्दल मी बोलले ते." रमणी तिची उत्कंठा, आदर लपवू शकत नव्हती.

हात जोडत आई खुर्चीत टेकली. त्यांनी उभं राहून हात जोडले.

"बसा ना, खूप ऐकलंय मी तुमच्याबद्दल. तुमच्या बुद्धिमत्तेबद्दल, तुमचं संशोधन, तुमच्या क्षेत्रात मिळवलेलं नाव, तुमचा दरारा, जागतिक परिषदेत झालेली तुमची वाखाणणी."

"बस, बस." तिला तोडत भूपती म्हणाले. "साधा प्राध्यापक आहे मी इतकंच."

"नाही गं आई, सर विनयानं बोलताहेत." रमणी मध्येच म्हणाली.

"विद्यार्थ्यालाच शिक्षकांचं कौतुक असतं." त्यांनी हसत रमणीकडे पाहिलं.

"खरं आहे; पण ही तुमच्याकडे संशोधन करायला लागली तेव्हापासून फक्त तुमचंच नाव आहे आमच्या घरात. अगदी गाजतंय. तुमच्या बुद्धिमत्तेच्या, कर्तृत्वाच्या लहान-मोठ्या गोष्टी सारख्या सांगते. मी म्हटलंसुद्धा एकदा मला भेटव त्यांना म्हणून. चला, आज योग आला. इकडे कसे? काही काम होतं का?" आईनं विचारलं.

"असं मोठं काम नाही, सहज आलो होतो. म्हटलं शिष्योत्तमेच्या हातचा चहा प्यावा आणि एक चांगली बातमी द्यावी."

"कोणती?" दोघींच्या चेहऱ्यावर एकदम तजेला आला.

"रमणीच्या थिसिससंदर्भात पंधरा-वीस दिवसांत गोव्याला जावं लागेल. तिथल्या विद्यापीठाकडून तिला मदत मिळेल."

दोघींच्या चेहऱ्यावरचे भाव बदलले. आईचा चेहरा चिंतित झाला. 'कुठे राहणार ही? किती दिवस? हिला रजा मिळणार का? हवामान मानवेल का? खाण्याचं काय?' तिच्या मनातली प्रश्नावली भूपतींनी वाचल्यासारखी ते म्हणाले.

"खर्च होणारच थोडा; पण मुलींच्या होस्टेलला सोय होईल किंवा माझ्या मित्राचा बंगला आहे. भात-मासे खावे लागतील इतकंच! बाकीचं ती पाहील. अगदी काळजीसारखं नाही."

"तरी पण." या आईच्या 'पण'वर भूपतींचा चेहरा करारी झाल्यासारखा

झाला.

"काम करायला घेतलं तर एवढं तर होणारच." ते ठामपणे म्हणाले आणि जायला उठले, तशी रमणी गडबडली.

"सर चहा. मी आत्ता करते. प्लीज थांबा."

"नको, पुन्हा कधीतरी.' हॉलमधल्या चित्राकडे पाहत ते म्हणाले, "फारच छान चित्र."

"रमणीच्या बाबांनी काढलंय, ते उत्तम चित्रकार होते."

"अस्सं!" त्यांनी मान हलवली.

पंधरा दिवसांत तिला गोव्याला जावं लागलं नाही. समुद्रात कुठलीतरी टाइड आली. परिणामी, ज्या माशांबद्दल संशोधन करायचं ते अत्यल्प संख्येत असतील आणि प्रयोगशाळेत बसून निरीक्षण करण्यात खूपच लिमिटेशन येईल असं वाटून गोव्याला जाणं पुढे ढकललं गेलं. रमणीच्या आईने म्हटलं, "बरंच झालं नाही गेलीस ते, बाहेरगावी जायचं म्हणजे खाण्या-पिण्याचे हाल."

रमणी चिडली.

"त्या दिवशी तू इतकी काळजी कशाला दाखवलीस? मी लहान आहे का आता? स्वतःची काळजी घेऊ शकत नाही का? सर किती ऑफ झाले होते. त्यांना राग आला असेल. तू असं बोलत राहिलीस तर झालंच माझं पीएच. डी.!"

"त्यांना रागवायला काय झालं? काळजी नैसर्गिक आहे आणि तू इतकी हुळहुळल्यासारखी वागू नकोस. मोठी आहेस ना तू तर मोठ्यांसारखी मॅच्युरिटीने वाग. सोळा वर्षांच्या पोरीसारखी पळत होतीस आणि चहा नाही घेतला तर दोन दिवस तोंड पाडून बसली होतीस. मला डोळे नाहीत का?"आई रागावून म्हणाली.

"नाही ना जात आता गोव्याला? विषय बंद." रमणी निर्णायक म्हणाली. तरीही तिच्या डोक्यात आईची वाक्ये घोंगावत राहिली. विचार चालू राहिला.

खरंच काय होतं आपल्याला सर आल्यावर? आतून ऊर्मी आल्यासारखा आनंद होतो. आपलं शरीर प्रत्येक हालचालीस उत्सुक असतं. सरांना आनंद वाटेल अशी प्रत्येक गोष्ट करावीशी वाटते. त्यांचं मन राखावं, काळजी करावी असं नैसर्गिक होतं. कॉलेजमध्ये

शिकवताना ते एकदम समोर दिसतात, तेव्हा चेहऱ्यावर हसू उमटतं. थोडा वेळ लक्ष विचलित होतं. ते मोठे आहेत वयाने; पण विद्यार्थ्यांची काळजी करतात, प्रसन्न राहतात हे समजतं मला. ते सगळ्यांशीच असं वागतात का? कुणाच्या घरी जातात का? माहीत नाही; पण आपण गेल्यावर एखादं तरी वाक्य आपल्या रूपाशी, चांगलं राहण्याशी, बोलण्याशी, हसण्याशी संबंधित असतं. ते ऐकलं की, अपरिमित आनंद होतो मला. त्यांनाही मी आवडत असणारच. बुद्धिमत्तेची प्रशंसा करतात. परवा एकदा म्हणाले, बरं झालं, तू डॉक्टरकीला गेली नाहीस, नाहीतर एका बुद्धिमान मुलीला, विद्यार्थिनीला मी मुकलो असतो. खरं होतं ते? आणि टेबलावरचं फूल उचलून दिलं. अनंताचं फूल आहे म्हणाले. अनंत म्हणजे गणपती! वा, किती छान वाटलं मला. अभिमान वाटला. माझा अहंकार कुरवाळला जातोय हे कळण्याइतकी मोठी असूनही असं का वाटतं? दर वेळी तिथून निघताना त्यांचा हात हातात घ्यावा, आदराने चुंबन घ्यावं असं का वाटतं? त्यांच्याबद्दल वाटणारा आदर हा आदर आहे, मग प्रेम का वाटतं? रोजच त्यांना भेटण्यासाठी धडपडते. कारण शोधते. भेटीसाठी विद्यापीठात एक-एक तास थांबते. कुणाची पर्वा वाटत नाही. हे असं का? मग स्वतःला सावरत ती म्हणते, 'तो ज्ञानी माणूस मला ऋषितुल्य वाटतो. त्यांच्याबद्दल विलक्षण आदर वाटतो. त्यांच्या 'ऑरा'बद्दल मला आकर्षण आहे ते त्यांच्या मेरिटमुळे!'

मध्ये एकदा तिच्या मैत्रिणीकडे ती गेली होती. मैत्रीण अगदी जवळची. संगीत शिकायची. तिचे गुरू तिच्या घरी आलेले असताना रमणी अचानक गेली.

समोर गुरू पूजनाचा सोहळा चालला होता. पाद्यपूजा, हार, शाल, औक्षण... सगळं चाललेलं पाहून तिला सरांची आठवण आली. गुरूंसाठी आपण असं काही करावं का? असंही तिला वाटून गेलं. कार्यक्रम संपल्यावर तिच्या मैत्रिणीने तिची गुरूंना ओळख करून दिली. नमस्कार केल्यावर ती म्हणाली, "संगीत क्षेत्रात ही गुरू-शिष्य परंपरा किती छान जपली जाते ना. आमच्या शिक्षण क्षेत्रात हा भाग नाहीच."

"गुरुकुलं संपली. मग हा भागही संपला; त्यामुळे गुरू-शिष्याचा

संपर्कही संपल्यासारखा होतो. फार थोडे असे असतात, जे हा धागा टिकवून ठेवतात.'' गुरुजी म्हणाले.

तिला एकदम पोटातून तुटल्यासारखा झालं. भूपतींपासून दूर होण्याची कल्पना तिला वेदना देऊन गेली. बहुधा ते तिच्या चेहऱ्यावर उमटलं.

''तुम्ही काय करता?''

तिने स्वतःचा परिचय दिला.

''संशोधन करता? वा, वा! कोण आहेत तुमचे गाइड?''

''भूपती सर. मोठे स्कॉलर आहेत.'' ती भूपती सरांबद्दल बरंच बोलली. गुरुजी तिच्या चेहऱ्याकडे नीट निरखून पाहत आहेत हे तिच्या लक्षात आलं नाही. ती थांबली, तेव्हा तिचा चेहरा घामाने ओलसर झाला होता.

गुरुजी हसले, म्हणाले, ''गुरूंच्या प्रेमात पडला आहात. असं होतंच, कारण आपण ज्ञानपिपासू असतो आणि ज्ञानाचा साठा सापडला की धाव तिकडेच जाते; पण आपल्याला आत्मविश्वास आला की, ही प्रशंसा थांबते.'' त्यांच्या पहिल्या वाक्याने ती दचकलीच; पण नंतरच्या वाक्यांनी सावरली.

''छे, छे! काहीतरीच काय!'' तिने उत्तर दिलं. ''आदर आहे निश्चित.''

घरी परतत असताना तिच्या डोक्यात एकच वाक्य होतं, 'गुरूंच्या प्रेमात पडलीये.'


शनिवार होता.

ती बाहेरच्या अंगणात खराटा घेऊन झाडांची पडलेली पाने, कचरा झाडत होती. सकाळपासून तिने घर स्वच्छता मोहीम हाती घेतली होती. सगळं झालं की, अंघोळ करू असं तिने ठरवलं होतं. बंगला लहान होता. आवारही छोटं होतं. खराट्याच्या आवाजात आणि स्वतःच्या नादात तिला फाटक वाजल्याचा आवाज आला नाही. तिच्यासमोर सावली पडली. घाबरून ती उभी राहिली.

''सर तुम्ही? इथं?'' तिला बोलायचंही सुचेना.

घाईने तिने कंबरेची ओढणी सोडली, खांद्यावर घेतली. भूपती

तिचा गोंधळ पाहून हसू लागले.

"मी अगदी अवतारात आहे; चेंज करून येते. तुम्ही या सर. हॉलमध्ये बसा. मी आलेच." केसांवरून हात फिरवत ती म्हणाली. घाईने कपडे बदलून आली.

"आधीचे कपडेही चांगलेच होते." ते म्हणाले.

"इकडे कसे?"

"का, नको होतं यायला?" म्हणत ते उठले.

"नाही नाही सर. अचानक आलात, फोन नाही; काही नाही म्हणून विचारलं." ती म्हणाली.

ते बसले, इकडेतिकडे पाहत म्हणाले, "आई कुठे? आत आहे का?"

"नाही तिच्या भजनी मंडळात कार्यक्रम आहे तिकडे गेलीय. तुम्ही ही मासिके पाहा. मी चहा करते."

"नको, नको." त्यांच्या नकाराला न जुमानता ती आत गेली.

ते राधा-कृष्णाच्या चित्राकडे पाहत होते. हलकेच उठले. घरात एक फेरी मारली.

रमणी चहा घेऊन आली. ट्रे ठेवून चहाचा कप त्यांच्या हातात देऊ लागली. उत्सुकता, घबराटीमुळे तिच्या हाताला हलका कंप होता. भूपती सरांनी हात पुढे केला. कप हिंदकळला. चहा त्यांच्या शर्टावर सांडला. ते एकदम उभे राहिले.

"सॉरी सर, सॉरी." तिला कळेना काय करावं, धावत जाऊन तिने नॅपकिन आणला. त्यांच्या शर्टावरचा चहा ती पुसू लागली. ते अगदी जवळ उभे होते. श्वासांच्या अंतरावर. त्यांच्या छाती, पोटावरचे स्नायू तिला हाताखाली जाणवले. ती बाजूला होण्यापूर्वीच त्यांनी तिच्याभोवती हाताची मिठी घातली. बांधलेले केस सुटले. तिने सुटण्याची थोडी धडपड केली; पण मिठी घट्ट होती. त्यांचे उबदार शरीर तिच्या शरीराला खेटले होते. त्यांनी तिला दाद दिली नाही. तिने त्यांना बळाने बाजूला करायचा प्रयत्न केला; पण त्यांची पकड घट्ट होती. त्यांनी तिचे ओठ ओठात घेतले. क्षणभर ती सैलावली. त्या क्षणी त्यांचे हात तिच्या शरीराचा वेध घेऊ लागले. ते लक्षात येताच तिने पूर्ण शक्तीने त्यांना दूर लोटले. ती बोलली नाही. दूर होऊन बाजूला

उभी राहिली. न बोलता भूपती बाहेर पडले.

तिला विलक्षण किळसवाणं वाटलं. आपल्या अंगावरून एखादा सरपटणारा गिळगिळीत प्राणी चाटून गेल्यासारखं. तिने हाताच्या घडीने दंड धरून ठेवले. सोफ्यात बसली. डोक्यात विचारांचं वादळ. मनात खळबळ.

वास्तविक तिला पुरुषस्पर्श नवा नव्हता. पूर्वी, फारच पूर्वी महेश तिच्या आयुष्यात आला होता. कोवळ्या उन्हासारखे कोवळे प्रेम; पण महेशच्या लग्नानंतर ते प्रेम प्रकरण संपलं. बाबा गेले. ती आणि आई. दोघी एकट्या झाल्या. ती तिच्या परीने एकटी. आई तिच्या परीने एकटी; पण तिने मन घट्ट केलं. पदव्युत्तर शिक्षण पूर्ण केलं आणि सगळ्या आकर्षणांपासून दूर झाली.

भूपतींच्या या नव्या पैलूमुळे ती हादरली. विचार करत राहिली. 'मी मारले का नाही त्यांच्या तोंडात? निर्भर्त्सना का केली नाही? भूपती मनात ठरवून, विचार करून आपल्याकडे आले होते का? त्यांच्याविषयी कोणतीच माहिती मी कशी घेतली नाही. एरवी मी स्वतःच्या कामाशिवाय कुठे जात-येत नाही, मग यांच्या घरी जायची बुद्धी मला का झाली?

तो कारकून सरांकडे न जाण्याबद्दल सुचवत होता, जाऊ नका म्हणत होता मग मी त्याबद्दल विचार का केला नाही? काय चुकलं? कुठे चुकलं? हा माणूस स्त्रीलंपट आहे का? पहिल्या भेटीत अतिआनंदाने मी त्यांचा हात हातात घेतला; त्यामुळे मी तशी आहे असं त्यांना वाटलं असेल का? सगळी आकर्षणे बाजूला केली तरी ज्ञानाचं, बहुश्रुततेचं मला अजून आकर्षण आहे हे त्यांना कसं कळणार? माझ्या त्या एका कृतीने त्यांना मी उपलब्ध आहे असं वाटलं का? एवढा ज्ञानी माणूस, जग पाहिलेला असा विचार करू शकतो? आईला सांगावं? माझं वय वाढलंय, लग्नानंतरच्या शरीरसुखांना मी मुकलेय असं वाटलं असेल त्यांना? सगळ्या जगाला तसंच वाटतं, म्हणून प्रयत्न करणारे पाहिलेत मी. पण हे गृहीत धरलं या माणसाने? शी! कुठेतरी लपवून द्यावं स्वतःला, जिथे सुखाने, शांततेने जगता येईल.

तिच्या नकळत ती रडत होती. तिला एकदम आठवलं, संगीत गुरुजी तिला म्हणाले होते, 'तुम्ही प्रेमात पडलाय गुरूंच्या' ती शहारली.

तेही असेच असतील का?

इतक्या वर्षांनी मी पुन्हा शिकणार, संशोधन करणार याचा आनंद कुठेतरी अनाठायी जोडला गेला का? नकोच ते विद्यापीठात जाणं, मला त्या माणसाला सामोरं जाताना विलक्षण राग येईल. किळस येईल.

दीड महिना ती विद्यापीठाकडे फिरकली नाही. आधी भूपतींनी फोन केला नाही; पण नंतरच्या तीन-चार फोनला तिने उत्तर दिलं नाही.

ती लॅबमध्ये तिच्या कॅरोलमध्ये बसली होती. तेवढ्यात प्यून आत आला.

"मॅडम, तुमच्याकडे एक मॅडम आल्यात. पाठवू का इथं?"

तिच्या चेहऱ्यावर आश्चर्य उमटलं. कोण असेल? शर्ली डिसुझा आत आली.

"व्हॉट अ सरप्राइज! शर्ली तू! किती दिवसांनी भेटतेस!"

"मी इतक्या वेळा विद्यापीठात आले, तू दिसली नाहीस. तू फेलो म्हणून रिसर्च करतेस ना? केबिनवर तुझ्या नावाची पाटी पहिली; पण केबिनच मिळाली तुला एकदम हे पाहून हेवा वाटला हं!"

रमणीला आनंद झाला. तिला शर्ली आवडायची. स्मार्ट, ब्राइट, हुशारी दाखवणारे मोठे तेजाळ डोळे, घनदाट केसांचा बॉबकट. वयाने तिच्यापेक्षा पाच-सात वर्षांनी लहान असेल.

"हाय!" शर्लीनं तिचा हात हातात घेतला. किंचित हात दाबत ती म्हणाली, "तू तर दिसतच नाहीस."

"मी इथेच असते. फेलो म्हणजे काम करणं भाग आहे." रमणी म्हणाली, "केबिनचे म्हणशील तर काही तासिका शिकवायला दिल्यात कॅरॉलमध्ये. खरं तर डेमॉनस्ट्रेटर आहे; पण गोंडस नाव टीचिंग फॅकल्टी. तू कशी आहेस? चल कॅन्टीनला जाऊ." रमणी उत्साहाने म्हणाली.

"नको, इथेच बसू, चहा सांग फार तर."

मग गप्पा सुरू झाल्या. कामाबद्दल, कुटुंब-घर याबद्दल. त्या संशोधनापर्यंत आल्या.

"तू भूपती सरांकडे रजिस्टर केलंस, मला माहितीही नाही, वास्तविक

सारखे भेटतो आम्ही.'' शर्लीने विचारले.

रमणीने विषय टाळत उत्तर देण्याऐवजी तिलाच विचारले.

''तुझी बहीण कशी आहे? आणि आई?''

''बहीण बरी नाही, कॅन्सर डिटेक्ट झालाय. आईचं म्हातारपण. मी अशी तारेवर कसरत करतेय. आईची पेन्शन आहे; पण पैसा? यू नो? इतकं अवघड चाललंय. मला फेलोशिपशिवाय पर्याय नव्हता; त्यामुळे घर आणि नोकरी चाललीय. खरं सांगू का, खूप त्रास होतो. दोन्हीकडे मन धरून राहावं लागतं. इलाज नाही.'' तिचा आवाज दाटून आला.

रमणीने तिच्या हातावर थोपटलं.

'''तुझी आई? ठीक? आणि नोकरी?'' रमणीने मान हलवली. शर्ली हसली. म्हणाली, ''चांगलं केलंस, रिसर्च करायचं ठरवलंस आणि रजिस्ट्रेशन केलंस.''

''अजून रजिस्ट्रेशन झालेलं नाही. अर्ज दिलाय. सरांकडे रीघ आहे ना?'' रमणीला हे बोलताना त्रास झाला.

''हे काय, तुझं रजिस्ट्रेशनचं पत्रच घेऊन आलेय.''

''तू? कसं?'' रमणी गोंधळली. ''म्हणजे, हे पत्र तू कसं आणलंस?''

''काही नाही यार, मी तुझ्याकडे येणारच होते; तर सर म्हणाले, 'तू जातेच आहेस, तर पत्र देऊन टाक.' बस.'' शर्ली म्हणाली.

''भूपती सर म्हणाले? पण हे तर ऑफिसकडून येतं ना? आणि तुझं काही काम होतं ना इथे कॉलेजमध्ये? पण मला तर डिपार्टमेंटमध्ये कुणी काही बोललं नाही. काय काम होतं?''

रमणी सतर्क झाली. विचार सुसंगती लावत होती. शर्लीने ते ओळखलं. ''थोडं काम होतं, सरांचं काम होतं. केलं. तू सही करून दे; मी ऑफिसला देऊन टाकेन.''

''हेही सरांनी सांगितलं?'' रमणी तिरकसपणे म्हणाली.

शर्ली खो खो हसली. तिला म्हणाली, ''तू मनकवडी आहेस, सायकॉलॉजी घ्यायला पाहिजे होतंस तू, मोठ्ठी झाली असतीस. चल, आताही मोठी होशील, कारण सरांना तुझ्यासारखे हुशार विद्यार्थी लागतात.'' तिच्या डोळ्यांत बेरकी चमक दिसून आली आणि खिन्नताही.

''चल, कर ना सही.'' शर्ली हट्टाने म्हणाली.

''तसं तर हे पत्र पुरेसं आहे, कारण हे आपल्या अर्जाला उत्तर

आहे; पण सर म्हणाले स्वीकृती घेऊन ये म्हणून.''

''राहू दे गं. मी आत्ता खूप कामात आहे. घरी आईकडे भजनी मंडळाच्या बायका यायच्या आहेत. मी निघतेच आहे. मी नंतर सही करून, स्वतःच देऊन येते म्हणजे फी वगैरे पण कळेल ना?'' रमणीने टेबलात कागद कोंबले. पत्र घेतलं. पर्स घेऊन ती उभी राहिली.

शर्ली नाइलाजाने उभी राहिली. ''तू सही करून स्वीकृती दिली असतीस तर खूप बरं झालं असतं; सर पत्र घेऊनच ये, असं म्हणाले होते. ते नाराज होतील. 'व्हाय मेक हिम अनहॅपी?' तुला रिसर्च करायचा आहे ना? मग विद्यापीठात का येत नाहीस? हे बघ, करायचं असेल काम तर काही तडजोडी कराव्या लागतीलच ना? वेळ नाही म्हणून कसं चालेल? यू अंडरस्टँड व्हॉट आय से?''

रमणीने आश्चर्याने तिच्याकडे पाहिले आणि म्हणाली, ''तू केल्यास तडजोडी?''

''इट्स लाइफ, टेक इट ऑर लेट इट गो.'' शर्ली कुठल्याही भावनेशिवाय बोलली. रमणीने मान हलवली. शर्लीच्या येण्याचं प्रयोजन स्वच्छ झालं.

शनिवार होता, ती घरी जायला निघाली. तेवढ्यात प्यून आला.

''तुम्हाला प्रिन्सिपल साहेबांनी बोलावलंय.'' तो तुटकपणे म्हणाला.

''कशाला? काय काम आहे रे?''

''म्हाईत नाही.'' त्याला इरसाल बोलणं आवडे.

''फालतू.'' ती पुटपुटली.

''काय?'' त्याने विचारले.

''येते.''

केबिनमध्ये कुणीच नव्हतं; पण पाचच मिनिटांत समाजशास्त्राचे साळुंखे सर आले.

''काय काम होतं सर?'' ती म्हणाली.

''महत्त्वाचं आहे; तुम्ही आणि साळुंखे दोघंही पीएच. डी. नाहीत. दोघांचे चेहरे पडले आणि प्रश्नार्थकही झाले.

''पण तुम्हा दोघांचीही सीनियॉरिटी आहे. आता असोशिएट प्रोफेसरची पदे जाहीर होत आहेत. तुमचं काय करायचं? केवळ डिग्रीवाचून तुमची संधी जाईल. तुम्ही काय करायचं ठरवलं आहे?''

"मी रजिस्टर केलंय सर, दीड वर्षं होऊन गेलंय, लिहितोय आता. सबमिशन झालं तरी चालेल ना सर, गाइडना लवकर प्रक्रिया पूर्ण करण्याची विनंती करतो. चालेल ना सर?"

साळुंखे सरांच्या बोलण्यावर प्राचार्यांनी मान हलवली.

"तुमचं काय?"

"मी अजून रजिस्टर केलेलं नाही." ती म्हणाली.

"मग लवकर करा, तुम्हाला भूपती सर आहेत ना? चांगले आहेत. लवकर करतील. तुम्ही प्रयत्न करायला पाहिजे. नाहीतर बाहेरचा कँडिडेट येईल, तुमचं प्रमोशन होणार नाही." प्राचार्य म्हणाले.

तिला आश्चर्य वाटलं, ती म्हणाली, "तुम्हाला कसं माहिती सर?"

"परवा आर अँड डीच्या मीटिंगमध्ये भेटले होते भूपती सर. तुमची तारीफ करत होते. तुम्ही कॉलेजचं ॲसेट आहात असं म्हणाले."

"पण मी अजून ठरवलेलं नाही." ती पुटपुटली. घडून गेलेला सगळा प्रसंग तिच्या डोळ्यांपुढे सरकला; एका क्षणात.

"आश्चर्य आहे! मग करा ना सुरुवात, तुम्हाला घेऊ आम्ही. भूपती सर एक्स्पर्ट पॅनल मॅनेज करतील." प्राचार्य हसत बोलले.

तिला शरमल्यासारखं झालं.

"योग्यता असेल तरच हे करा सर." ती शांतपणे म्हणाली.

"बघा बुवा, प्रमोशनचा प्रश्न आहे, तुमच्या करिअरचाही प्रश्न आहे. तुम्ही झटपट निर्णय घ्या. ग्रेडही मिळेल वरची हे लक्षात ठेवा. घर तुमच्यावर आहे ना?" प्राचार्य समजावत म्हणाले.

तिने मान हलवली. तिला वाटलं, आपण बैल आहोत; अक्कल गहाण टाकून हो-हो करायचं. पैसा आणि पद मिळवायचं म्हणून ही लाचारी. तिला संताप आला.

घर तुमच्यावर आहे ना? हे प्राचार्यांनी कशाला म्हणायचं? त्यांना कधी काही मागितलेलं नाही. मग तिच्या डोळ्यांसमोर घर आलं. घराची मागची बाजू खूप जुनी होती. वाड्यासारखी. मागची कंपाउंडची भिंत खचली होती. शेवटची एक खोली तशीच रिकामी पडली होती. तिच्यावर गवत वाढलंय. वॉचमन गेला होता. आता गरज नव्हती, म्हणून तिने तिकडे दुर्लक्ष केलं होतं. घराला डागडुजी, रंग आवश्यक

होता. त्यासाठी पैसे आवश्यक होते. पैशासाठी पदोन्नती आवश्यक होती. पदोन्नतीसाठी डिग्री. डिग्रीसाठी भूपती? मी त्यांची विद्यार्थिनी आहे, हे त्यांनी इतरांना सांगायलाही सुरुवात केली होती.

आरशासमोर उभे राहून केस बांधताना ती स्वतःशीच म्हणाली, हा शेवटचा प्रयत्न, तिने तयार केलेल्या रिझ्युमेचे कागद पर्समध्ये ठेवले. हे लिहिलेलं दाखवायचं मग ते काय म्हणतात बघू. मुख्य म्हणजे कसे वागतात ते बघू. ती डिपार्टमेंटच्या बिल्डिंगमध्ये पोहोचली, तेव्हा तीन वाजून गेले होते. सकाळची गर्दी निवासली होती. प्रॅक्टिकल चालू होते. व्हरांड्यात काही विद्यार्थी, कर्मचारी होते. तिने भूपतींना फोन केला नव्हता. केबिनच्या दरवाजावर टकटक केलं. थांबली. आतून आवाज आला, "हू इज इट?"

ती बोलली नाही, पुन्हा टकटक केलं.

"कम इन." आतून किंचित उर्मट आवाज आला. थोडा त्रस्त.

तिने दार लोटलं, आत भूपती सर होते आणि एक विद्यार्थी.

तिला पाहताच ते प्रेमळ आवाजात म्हणाले, "या, या, कम इन." विद्यार्थीकडे वळून ते म्हणाले, "उद्या बोलू आपण, लेक्चर झाल्यावर या."

"येस सर." म्हणत विद्यार्थी गेला; पण परत आत आला. ते पाहून भूपती सर चिडले. ते म्हणाले, "काय झालं?"

विद्यार्थी चाचरला, "सर, माझा मोबाइल... मोबाइल राहिलाय." तो घेऊन तो निघून गेला, तसे सर रमणीला म्हणाले, "रमणी, किती फोन केले मी तुला. काय झालं होतं? काम सुरू करायलाच एवढा वेळ? मी गोव्याची व्हिजिट फिक्स केलीय, आपल्याला येत्या महिन्याच्या दोन तारखेला निघायला हवं."

"आपल्याला? तुम्ही येणार?" ती म्हणाली.

त्यांनी फक्त मान हलवली आणि तिच्याकडे पाहत बसले.

"कशाला? काम माझं असणार. ते मी करणार, तुम्ही काय करणार?" तिच्याकडे त्यांनी आश्चर्याने पाहिलं. ते म्हणाले, "वेडी आहेस का? तुला संशोधनातलं काय कळतं? तू एकटी काय करणार?"

"तेच तर म्हणतेय मी. मी रजिस्ट्रेशनसाठी फॉर्म भरलाच नाही, तर मी कशी जाणार गोव्याला? मी विद्यार्थिनी नाही तुमची तर तुम्ही

कसे येणार?''

रमणीचे काहीतरी बिनसले आहे, हे भूपतींच्या लक्षात आले. ''आज मूड वेगळाच दिसतोय.'' म्हणत ते उठले, तिच्या खुर्चीच्या मागे उभे राहिले. त्यांनी खुर्चीवर हात ठेवला तशी ती संकोचली, थोडी ताठ झाली. स्पर्श टाळण्यासाठी थोडी पुढे झाली.

तिचं तुटक वागणं त्यांच्या लक्षात आलं, तरीही ते म्हणाले, ''मीच भरला तुझा फॉर्म; तुला रजिस्ट्रेशन करायचंय म्हणून विनंती करायला आली होतीस तू माझ्या घरी. म्हटलं, तुझी इच्छा आहे, शिवाय गरजही आहे. तू हुशार आहेस. मग आता हे का विचारतेस? माझ्याकडे अजिबात जागा नसताना तुला घेतोय मी.''

''पण मी अजून तुम्हाला रिझ्युम दिलेला नाही.'' ती पुटपुटली.

''देशील ना.''

''मला काही माहीत नाही. पुस्तके, संदर्भ, किती वेळ लागेल, कसा लिहितात.'' ती चाचरत म्हणाली, अंदाज घेत.

''अरेच्चा, एवढंच ना? मी देईन लिहून. संदर्भ वगैरे सर्व. चॅप्टर स्कीम, काय निष्कर्ष निघू शकतो तेही. मग तर झालं?'' ते हसत सुटल्यासारखे म्हणाले.

''मग मी काय करणार? तुम्हीच सगळं केल्यावर माझं काय काम?'' तिने विचारले.

''यू जस्ट रिलॅक्स रमणी, वी विल गो फॉर सर्वे, बी टुगेदर, वर्क टुगेदर; पण तू यायला फार वेळ लावलास बुवा.'' ते तिच्यावर वाकले. लटका असलेला आवाज काढत म्हणाले, ''आता उशीर लावू नकोस रमणी.''

झटकन उभी राहत ती म्हणाली, ''पण मी अर्ज केलेलाच नाही.''

''डोन्ट बी स्टुपिड माय डिअर रमणी. एवढा हट्ट कशामुळे?'' म्हणत ते सरळ तिच्या पुढ्यात आले. दोन्ही हात तिच्या कंबरेभोवती टाकले. तिने ते झटकले. दूर जाऊन उभी राहिली.

भूपती चिडले.

''काय करतेस? मी म्हणून तुला घेतोय. एवढ्या गॅपनंतर तुला कुणी चटकन रजिस्ट्रेशन तरी देईल का? त्या शर्लीचं बघ. फेलो म्हणून काम करतेय. सहा महिन्यांत सबमिशन होईल. ट्राय टू अंडरस्टँड.

शिवाय तुझं प्रमोशन ड्यू आहे- विसरलीस? मी झटक्यात करून घेईन थिसिस. सबमिशन झालं की, एक्स्पर्ट माझ्या ऐकण्यातला पाठवीन. कम ऑन यू आर नॉट अ चाइल्ड, बिहेव्ह.''

तिला रडू यायला लागलं. तो क्षण साधून ते पुन्हा जवळ गेले. तिला बळेच ओढून जवळ घेऊ लागले, तसा तिने विरोध केला. ती धडपडून बाजूला झाली. तोल जाऊन भूपती मागच्या कपाटावर धडकले. ती थरथरत होती.

''मी करणार नाहीये पीएच.डी., मला प्रमोशनही नकोय. तुम्ही फिलर म्हणून शर्लीला पाठवलंत, तेव्हा मी आले नाही एवढ्यावरून कळायला पाहिजे होतं तुम्हाला. तरीही मी आले होते. हा रिझ्युम लिहून आणला होता. तुमच्यातला शिक्षक जागा असेल तर वाचाल म्हणून; पण तुमचा रंग शिक्षकाचा नाही. अहो, माणसाचाच नाही. या पवित्र क्षेत्रात पशुपेक्षा वाईट वागलात तुम्ही? टू हेल विथ यू.''

ती रडत होती. मोठमोठ्यांदा बोलत होती. दाराशी बहुतेक कुणीतरी आलं. तिला एकदम बळ आलं. दार लोटून दोन प्राध्यापक आत आले.

''वाईट वागलात तुम्ही. मी विशाखा सेलची प्रमुख आहे कॉलेजमध्ये, तुमच्या विरुद्ध एक वाक्य लिहिलं तर आयुष्यभर कमावलेली इभ्रत जाईल.'' ती ठामपणे म्हणाली.

भूपती नीट उभे राहिले. त्यांच्या शरीराला कंप सुटला होता.

''कितीजणींवर अन्याय केलात तुम्ही देव जाणे. त्यांच्या गरजेचा, असहायतेचा फायदा घेतलात.''

सगळं बळ एकवटून भूपती म्हणाले, ''काय बोलताय तुम्ही? डोकं फिरलंय या बाईचं.''

आपल्या इज्जतीचे वाभाडे रमणीने काढू नयेत म्हणून ते देवाला प्रार्थना करत होते. सावरायचा प्रयत्न करत होते.

''मी घेणार नाही तुम्हाला स्टुडंट म्हणून. माइंड वेल.'' ते तशातही गरजले. त्यांनी तिच्या दिशेने पाहिलं.

त्यांच्याकडे पाठ फिरवून ती निघून गेली होती.

तिने पाठ फिरवली होती.

■

# यशोदा

जीवन व प्रस्थापित नीतिमूल्यांचा संघर्ष

## डॉ. छाया महाजन

एका क्षणात बाईसानं त्याला कवेत घेतलं. त्यांच्या कुशीत राधो शिरला, आणि बाईसांचं मन मायेच्या पहिल्या आवेगानं भरून गेलं. त्या स्पर्शासरशी कितीतरी वास त्यांच्या मनात जागे झाले होते. ते कोसळणं किंवा आधार देणं याच्यापलीकडे त्यांच्या अनाथपणाच्या साधर्म्यानं त्यांच्या व्यथित आयुष्याचा वास... अंधाऱ्या माजघरातल्या पेटीतल्या कपड्यांचा वास... कोवळ्या जिवाची कातडी कधीही न भोगलेल्या बाईसांनी माजघरातून मन ओढून काढलं. सवयीनं आणि निष्पाप नवजात बालकाकडे कुतूहलानं पाहावं, तसं त्या राधोकडे पाहू लागल्या....